വേരുകൾ
പോലെ
അവൻ

Verukal Pole Avan
Stories (Malayalam)
Author: Salman Rasheed

Cover Design: Binu Sharma
Layout: Chembarathi Creatives
Author's photo: Jishnu Prakash

First Edition: 2023 July
Second Edition: 2024 February

ISBN : 978-81-963930-2-1
Price: Rs. 180/-

Published by:
Carbon Editions, Kottayam
Email: carbonedtns@gmail.com

രണ്ടാം പതിപ്പ്

വേരുകൾ
പോലെ
അവൻ

കഥകൾ

സൽമാൻ റഷീദ്

Carbon Editions
KOTTAYAM

സൽമാൻ റഷീദ്

മുഹമ്മദ് റഷീദിന്റെയും സൈറയുടെയും മകനായി
1998ൽ ചങ്ങനാശേരിയിൽ ജനിച്ചു.
സഹോദരൻ ബിലാൽ റഷീദ്.
കോട്ടയം സി.എം.എസ്. കോളേജിൽ നിന്ന്
കൊമേഴ്സിലും തൊടുപുഴ അൽ - അസ്ഹർ ലോ
കോളേജിൽ നിന്ന് നിയമത്തിലും ബിരുദം നേടി.
ആനുകാലികങ്ങളിൽ കഥകൾ പ്രസിദ്ധീകരിച്ചിട്ടുണ്ട്.
മൊബൈൽ - 8891065640

സ്വത്വ ബോധവും സർഗ്ഗാത്മകതയും ചേരുന്ന കഥയെഴുത്തിന്റെ സമസ്യകൾ

ചുറ്റുപാടിന്റെ അനിശ്ചിതത്വങ്ങളിൽ നിന്ന് കഥപറയാനുള്ള കൗതുകം ഉണ്ടാക്കിയെടുക്കുക എന്നത് മനുഷ്യ സഹജമായ ഒരു പ്രവണതയാണ്. കാലത്തെയും ദേശത്തെയും ഭാവുകത്വങ്ങളെയും അതിജീവിച്ച്, കാലുഷ്യ നിബിഢമായി പോകുന്ന മനുഷ്യാവസ്ഥയ്ക്ക് സാഹിത്യവും സാഹിത്യ സംബന്ധിയായ ഉപകരണങ്ങളും എന്നും പ്രയോജനപ്പെട്ടിട്ടേയുള്ളു. ഇടം, പുരാവൃത്തം, കലഹം, അതിജീവനം തുടങ്ങി ഓരോ ദേശഭേദങ്ങളിലും അനന്യമായി തുടരുന്ന അനുഭവ സ്രോതസ്സിനെ കഥാപരമായ ആലങ്കാരികതയിലേക്ക് അടുപ്പിക്കുന്ന കർത്തവ്യം കയ്യടക്കം ആവശ്യപ്പെടുന്ന ഒന്നാണ്. ബോർഹസ് പറയുന്നതുപോലെ ക്രമരാഹിത്യത്തിലെ ക്രമമന്വേഷിക്കൽ കഥയുടെ ആത്മാവായി പരുവപ്പെടുമ്പോൾ ഭേദങ്ങൾക്കും ദൂരങ്ങൾക്കും അനുസ്യൂതമായി ഈ ക്രമങ്ങളും ക്രമരാഹിത്യങ്ങളും പരിവർത്തനം പ്രാപിക്കുന്നുണ്ടെന്ന് ചിലകഥകൾ നമ്മെ ഓർമ്മിപ്പിക്കും.

ദേശമെഴുത്തും ഓർമ്മയെഴുത്തും ചരിത്ര പുനരാഖ്യാനവും ഉൾപ്പെട്ടെ കഥകൾക്കും നോവലുകൾക്കും പാത്രമാകുന്ന ആഖ്യാന പരിസരങ്ങൾ സജീവമായി തന്നെ നിലനിൽക്കെ അത്തരം എഴുത്തുകളിൽ നിന്ന് വിഭിന്നമായ ഒരു ശൈലിയെത്തുമ്പോൾ നാം ആകർഷണീയരാവുക സ്വാഭാവികമാണ്. അത്തരം ആകർഷണീയതകൾ അനവധിയുണ്ടെന്നത് തന്നെയാണ് പുതുകഥകളും

കഥാകാരും ആർജ്ജിച്ചെടുക്കുന്ന സ്വീകാര്യതയുടെ പിൻബലം.

സൽമാൻ റഷീദിന്റെ കഥാസമാഹാരം ഒരേ സമയം സാഹസവും വിനോദവും നൽകുന്ന യാത്രയായി പരിണമിക്കുന്നത് മേൽ സൂചിപ്പിച്ച അനന്യമായ ക്രമത്തിന്റെ ആകർഷണീയതകൾ കൊണ്ടു കൂടിയാണ്. 'വേരുകൾ പോലെ അവൻ' എന്ന പന്ത്രണ്ട് കഥകളുടെ സമാഹാരം തെരുവുകളും മഴയും കിടപ്പു മുറികളും ഫോൺ വിളികളും മരണങ്ങളും കാമവും ഭയവുമൊക്കെയായി കടന്നു പോകുമ്പോൾ വൈകാരിക സംഘർഷങ്ങളുടെ, അസ്വസ്ഥതകളുടെ, അഭിലാഷങ്ങളുടെ ആവിഷ്കാരം നമ്മുടെ മുന്നിൽ അനാവൃതമാകും. നീലിമയും സതീശനും ദേവകിയും സ്റ്റീഫനും മീരാൻ റാവുത്തരും അടങ്ങുന്ന കഥാപാത്രങ്ങൾ വായനക്കാരിൽ അവശേഷിപ്പിച്ചു പോകാൻ സാധ്യയുള്ള മരവിപ്പിൽ ഈ കഥകൾ ആകെമാനം ഉള്ളടങ്ങിയിരിക്കുന്നു എന്നു പറയാം.

ആത്മഹത്യക്കു മുന്നിൽ, ഞെരുക്കത്തിനു മുന്നിൽ, കെടുതിക്കു മുന്നിൽ, അസ്വാതന്ത്ര്യത്തിനു മുന്നിൽ തുടങ്ങി എണ്ണമറ്റ നിസ്സഹായതകളുടെ ദൈനംദിന നൈരാശ്യങ്ങളിൽ സ്തബ്ദരായി പോകുന്ന സാധാരണ മനുഷ്യരിലാണ് സൽമാന്റെ കഥകൾ നടക്കുന്നത്.

മരണത്താൽ പകച്ചും ജീവിതത്താൽ ക്ഷയിച്ചും പ്രണയത്താലും പ്രണയഭംഗത്താലും മരവിച്ചും പോകുന്നവരിൽ കഥ കുടികൊള്ളുന്നുണ്ടെങ്കിൽ അവ ചോർത്തിയെടുത്ത്, അടുക്കിവെച്ച് അവതരിപ്പിക്കാൻ സൽമാനു കഴിഞ്ഞിട്ടുണ്ട്.

ആവേശകരമായ ഒരുതരം സ്വതാന്വേഷണമാണ് സൽമാന്റെ കഥകളുടെ എടുത്തു പറയേണ്ട ഒരു സവിശേഷത. ചങ്ങനാശ്ശേരിയുടെ നഗര ശിഖരങ്ങളിൽ ഇഴഞ്ഞു പാർക്കുന്ന കഥാപാത്രങ്ങളും തരളമെന്ന് തോന്നുമെങ്കിലും കഠിനമായ അന്യതാ ബോധം തീണ്ടിയ മനുഷ്യ സഞ്ചയങ്ങളും കഥകളുടെ പൊതു സവിശേഷതയായി നിലകൊള്ളുന്നു.

ട്രാഫിക് സിഗ്നലിലെ കൊടൂരമായ സാമൂഹികതയിൽ നിന്ന് ഒടുക്കത്തിലെ ഏകാന്തതയുടെ മൂർത്തതയിലേക്ക് കഥ കൂടുമാറുമ്പോൾ എഴുത്തുകാരനും അയാൾ പിൻപറ്റുന്ന ഭാവുകത്വ പരിസരവും അങ്ങനെ തന്നെ പരിവർത്തനപ്പെടുന്നുണ്ടാകാം.

കേവലമായ ഒരനുഭൂതിയുണ്ടാക്കലല്ല കഥാധർമ്മമെന്ന് മുമ്പേ പറയപ്പെട്ടിട്ടുള്ളതാണ്. (കഥയ്ക്ക് എന്തെങ്കിലും ധർമ്മ നിർവ്വഹ

ണമുണ്ടോ എന്ന ചോദ്യം അവിടെ നിലനിൽക്കുന്നു) സാമൂഹികവും വൈകാരികവുമായ സന്ധികളെ കഥ അഭിസംബോധന ചെയ്യുമ്പോൾ ആ സാഹിത്യ മാധ്യമവും അതിന്റെ പ്രയോക്താക്കളും മറ്റൊരു വിധത്തിൽ പ്രാധാന്യമർഹിക്കുന്നു.അത്തരമൊരു പ്രാധാന്യത്തിലേക്കാണ് സൽമാൻ റഷീദ് നടന്നു കയറുന്നതെന്ന് ഉറപ്പാണ്.

വേരുകൾ പോലെ അവൻ അതിസങ്കീർണ്ണമായ ആഖ്യാനം കൊണ്ടോ ബിംബങ്ങളുടെ അതിപ്രസരം കൊണ്ടോ വായനക്കാരനിൽ കുഴികുത്താൻ തുനിയുന്നില്ല. മറിച്ച് ആശയാവിഷ്കാരന്റെയും കഥപറച്ചിലിന്റെയും നേർരേഖയെ പ്രതിനിധാനം ചെയ്യുകയും വായനക്കാരോട് ഏറ്റവും അടുത്തു നിൽക്കുകയും ചെയ്യു ന്നു. കഥ കേൾക്കാനുള്ള സഹജമായ കൗതുകത്തോടെയോ കഥയെഴുത്തിന്റെ സവിശേഷ സമസ്യകളുടെ കുരുക്കഴിക്കാനോ ഒരേ സമയം നിങ്ങൾക്ക് ഈ കഥകൾ ഉപയോഗിക്കാം.

നവ മലയാളത്തിന്റെ സജീവമായ കഥാഭൂമികയിൽ സൽമാൻ റഷീദ് എന്ന പേര് നാളെകളിൽ മുഴങ്ങിക്കേൾക്കും എന്ന ഉറപ്പോടെ വേരുകൾ പോലെ ആഴ്ന്നിറങ്ങുന്ന ഈ കഥകൾ സന്തോഷത്തോടെ വായനക്കാരുടെ സമക്ഷം വെക്കുന്നു.

- പ്രവീൺ പ്രിൻസ്

ഉള്ളിലിരുന്നാരോ പറയുന്നു.
മുൻവിധികളില്ലാതെ ഞാനവ പകർത്തുന്നു.
കഥകളെന്ന് പേര് ചൊല്ലി വിളിക്കുന്നു...

ഈ പുസ്തകം സാധ്യമാകുമ്പോൾ എന്നും കൂടെ നിൽക്കുന്ന നകുലേട്ടൻ (നകുൽ വി. ജി), അവതാരിക എഴുതിയ ഏറെ പ്രിയപ്പെട്ട പ്രവീൺ പ്രിൻസ്, പ്രസാധകരായ കാർബൺ എഡിഷൻസ്, കവർ ഡിസൈൻ ചെയ്ത ബിനു ശർമ എന്നിവർക്ക് നന്ദി...

- സൽമാൻ റഷീദ്

അത്തിത്തായുടെ ഓർമകൾക്ക്...

എഴുതണമെങ്കിൽ വായിക്കണമെന്ന് പറഞ്ഞെന്നെയൊരു
വായനക്കാരനാക്കിയ ജെയ്സേട്ടന്...

കോട്ടയത്തെ കൂട്ടുകാർക്ക്..

ഉള്ളടക്കം

വൃദ്ധയുടെ മരണം

വൃദ്ധയുടെ കണ്ണുകൾ നാലുപാടും ചുറ്റി നോക്കി. ഇല്ല എവിടെയും ജീവന്റെ ഒരു ശ്വാസം കാണാനില്ല. ഓരോ തവണ ശ്വാസം എടുക്കുമ്പോഴും ബുദ്ധിമുട്ട് അനുഭവപ്പെടുന്നു. വയ്യ. ഇനി എത്ര നേരം ഇങ്ങനെ പോകും അറിയില്ല. വൃദ്ധയുടെ കണ്ണുകളിൽ ജീവന്റെ ഒരു തുള്ളി പോലും കാണാനുണ്ടായിരുന്നില്ല. പുറത്തു കാറ്റ് നല്ല പോലെയുണ്ട്. രാത്രിയുടെ അടിത്തട്ടിലേക്ക് പോകുന്തോറും കാറ്റിന് മൂർച്ച ഏറി വരുന്നു. മുറിയിലെ ജനാലയുടെ വാതിൽ അടച്ചിടാഞ്ഞതിനാൽ ശീതക്കാറ്റ് നല്ലപോലെ മുറിക്കുള്ളിലേക്ക് അടിച്ചു കയറി. ശരീരം മൂടിയിരുന്ന പുതപ്പ് കാറ്റിൽ സ്ഥാനം തെറ്റി. എല്ലുകൾ എഴുന്നു നിൽക്കുന്ന കൈമുട്ടുകൾ തണുത്തു വിറച്ചു. സ്ഥാനം തെറ്റിയ പുതപ്പ് നേരെ ഇടാൻ പോലും ആകാതെ വൃദ്ധ തണുപ്പിന്റെ കത്തിമുനയാൽ മുറിവേറ്റു. അപ്പുറത്തെ മുറികളിൽ തന്നെപോലെ തന്നെ ഒരുപാട് ശരീരങ്ങൾ കിടക്കുന്നുണ്ട്. അവർക്കും ഈ കാറ്റിന്റെ മൂർച്ച അനുഭവപ്പെടുന്നുണ്ടാകുമോ..?

പതിവില്ലാതെ ഈ രാത്രിയിൽ തണുപ്പ് കൂടുതലാണ്. എട്ടു മണിവരെ ഇവിടുത്തെ നേഴ്സ് കൂടെ നിൽക്കുകയൊള്ളു. രാത്രിയിലത്തെ കഞ്ഞിയും തന്ന് മരുന്നും ശരീരത്തിലേക്ക് കയറ്റിയിട്ട് അവർ പോകും. ഒരാഴ്ചയായി പുതിയൊരു നേഴ്സാണ് വൃദ്ധയെ നോക്കുന്നത്. ആദ്യം ഉണ്ടായിരുന്ന നേഴ്സ് പെൺകുട്ടി സ്നേഹമുള്ളവളായിരുന്നു. അവൾക്ക് വൃദ്ധയോട് ഒരു പ്രത്യേക അനുകമ്പയുണ്ടായിരുന്നു. എന്നും രാവിലെ വന്ന് ഭക്ഷണം കൊടുത്തു കഴിഞ്ഞാൽ എങ്ങും പോകാതെ വൃദ്ധയുടെ അടുത്ത് തന്നെയിരുന്നു കഥകൾ പറയും. തമാശകൾ പറഞ്ഞു വൃദ്ധയുടെ പല്ലില്ലാത്ത

മോണകാട്ടിയുള്ള ചിരി വരുത്തിക്കും. ഇടയ്ക്കൊക്കെ നൊമ്പരങ്ങൾ പറഞ്ഞു കണ്ണീർ പൊഴിക്കും. വൈകിട്ട് പോകുന്നതിന് മുമ്പ് വൃദ്ധയ്ക്ക് വേണ്ട എല്ലാ കാര്യങ്ങളും ചെയ്തു കൊടുത്ത് സന്തോഷം നിറഞ്ഞ ഒരു ചിരിയും നൽകിയേ അവൾ പോവുകയുള്ളായിരുന്നു. പക്ഷേ എന്ത് കാരണം കൊണ്ടെന്ന് അറിയില്ല, ഒരുദിവസം മുതൽ പുതിയ ഒരു നേഴ്സാണ് വൃദ്ധയെ പരിചരിക്കാൻ വന്നത്. ആ പെൺകുട്ടിയാകട്ടെ പറയുന്നത് ചെയ്യും... അല്ലെങ്കിൽ ഒന്നും മിണ്ടാതെ പോയിക്കളയും. രാവിലെ വൃദ്ധ ചെറുചൂട് കാരണം അസ്വസ്ഥത അനുഭവിക്കുന്നത് കണ്ടിട്ട് വൃദ്ധസദനത്തിലെ മദർ പറഞ്ഞിട്ടാണ് ജനാല തുറന്നിട്ടത്. എന്നാൽ രാത്രി പോകുമ്പോൾ അത് അടയ്ക്കണമെന്ന് ആരും ആജ്ഞാപിക്കാത്തത് കൊണ്ടായിരിക്കും അത് ചെയ്യാതെ പോയത്. അതുകൊണ്ടാണ് വൃദ്ധയിപ്പോൾ ഈ തണുപ്പ് അനുഭവിക്കേണ്ടി വന്നത്. എന്തായാലും രാത്രിയിലെ ഭക്ഷണം തന്നു നേഴ്സ് പോയി കഴിഞ്ഞാൽ പിന്നീട് ഏതെങ്കിലും ജീവനുള്ള മുഖം കാണണമെങ്കിൽ പിറ്റേന്ന് നേരം വെളുക്കണം. ഇന്ന് രാത്രിയിലെയും അവസ്ഥ അതുതന്നെ. ചില മുറികളിൽ രണ്ടുപേർ വീതം ഉണ്ടാകും. രണ്ടുപേർ വീതം കിടക്കുന്നവർക്ക് മിണ്ടാൻ സാധിച്ചില്ലെങ്കിലും ഒരാളിൽ തട്ടി വരുന്ന കാറ്റ് മറ്റേ വ്യക്തിയിൽ തട്ടുമ്പോൾ കിട്ടുന്ന ആശ്വാസം ഇടുങ്ങിയ ഒരാൾക്കുമാത്രം കിടക്കാൻ സാധിക്കുന്ന മുറിയിൽ കിടക്കുന്ന വൃദ്ധയ്ക്ക് കിട്ടാതെ പോകുന്നു.

വൃദ്ധ വീണ്ടും തുറന്നു കിടന്ന ജനാലയിലൂടെ ആകാശത്തേക്ക് നോക്കി. ഇല്ല, നേരം വെളുക്കാൻ സമയം ഇനിയും ഉണ്ട്... രാത്രിക്ക് കറുപ്പ് കൂടുതലാണ്. അത് അതിന്റെ പൂർണ ശക്തിയും പ്രാപിച്ചിരിക്കുകയാണ്. കറുപ്പിനും രൂപം ഉണ്ടാകുമോ. അറിയില്ല അങ്ങനെയുണ്ടെങ്കിൽ തന്നെ അതെങ്ങനെയായിരിക്കും. ധരിക്കുന്ന വസ്ത്രം എന്തായിരിക്കും. കറുപ്പ് തന്നെയായിരിക്കും, വേറെ ആകാൻ വഴിയില്ല. നീളൻ കറുപ്പ് വസ്ത്രമിട്ട്, തലമൂടി, തുറന്നിട്ട ജനാലയിലൂടെ അകത്തേക്ക് കയറി വന്നാൽ എന്തുചെയ്യാൻ സാധിക്കും? വൃദ്ധ ഒരുനിമിഷം ആലോചിച്ചു കിടന്നു. പെട്ടെന്നതാ വടക്കുനിന്നു തെന്നി വന്നൊരു കാറ്റ് അടഞ്ഞിരുന്ന വൃദ്ധയുടെ കണ്ണുകൾ തുറപ്പിച്ചു. വൃദ്ധ നോക്കുമ്പോൾ അങ്ങകലെ നിന്നും ഒരാൾ നടന്നുവരുന്നു. അയാളുടെ വേഷം കറുപ്പാണ്. അയാൾക്ക് മുഖമുണ്ടോ, കാണാൻ സാധിക്കുന്നില്ല. ഉണ്ടാകും. മുഖമില്ലാത്ത

ആരും ഈ ഭൂമിയിൽ ജനിക്കുന്നില്ല.

ഹൃദയമില്ലാത്ത രൂപങ്ങൾ ഒരുപാട് വൃദ്ധ കണ്ടിട്ടുണ്ട്. ചില നേരങ്ങളിൽ വൃദ്ധസദനം സന്ദർശിക്കുന്ന ഡോക്ടർ ബാബു ഐസക്ക് ഹൃദയമില്ലാത്തയാളാണെന്ന് തന്നെ ആദ്യം പരിചരിച്ചിരുന്ന നേഴ്സ് പലവട്ടം ഒളിഞ്ഞും പതിഞ്ഞും പിറുപിറുക്കുന്നത് വൃദ്ധ ഒരുപാട് തവണ കേട്ടിട്ടുണ്ട്. വൃദ്ധയ്ക്ക് സംസാരിക്കാൻ കഴിയുന്ന കാലത്തായിരുന്നു ആ സംഭവം.

വൃദ്ധ അന്നുരാവിലത്തെ ഭക്ഷണം കഴിച്ച് കിടക്കുകയായിരുന്നു. അടുത്ത് തന്റെ പ്രിയ പരിചാരകയും ഉണ്ട്. പെട്ടെന്നാണ് പുറത്തെ വരാന്തയിൽനിന്ന് ബൂട്സിന്റെ ശബ്ദം ഉയർന്നു വരുന്നത് കേട്ടത്. അതുവരെ ചിരിച്ചുനിന്ന നേഴ്സ് പെടുന്നനെ ഭയം നിറഞ്ഞ മുഖവുമായി റൂമിന്റെ ഒരു മൂലയിൽ പോയിനിന്നു.

വൃദ്ധ ആദ്യമായിട്ടായിരുന്നു ആ മുഖം കാണുന്നത്. കാണാൻ നല്ല സുമുഖൻ. കോലൻ മുടിയും ചെറിയ പൊടി മീശയും ഒത്ത ശരീരവും എല്ലാമായി ഒറ്റനോട്ടത്തിൽ ആരും ഇഷ്ടപ്പെട്ട് പോകുന്ന ഒരു ചെറുപ്പക്കാരൻ.

"ഗുഡ് മോർണിംഗ്..." ഡോക്ടർ വന്നു കയറിയപ്പോൾ ആരോടെന്നില്ലാതെ പറഞ്ഞു.

എന്നാൽ ഭയം കൊണ്ടുനിറഞ്ഞ നേഴ്സ് തിരികെ പറയാൻ വൈകിയപ്പോൾ ഡോക്ടർ ഒരിക്കൽകൂടെ ശബ്ദം ഉയർത്തി. "ഗുഡ് മോർണിംഗ്" എന്ന് അലറി. അലർച്ചയുടെ മുഴുക്കം ആ മുറിക്കുള്ളിൽ കുറച്ചു നിമിഷത്തേക്ക് നിറഞ്ഞു നിൽപ്പുണ്ടായിരുന്നു. അത്രയും ഘനത്തിലുള്ള ശബ്ദം ഇതുവരെ കേൾക്കാത്ത വൃദ്ധ അസ്വസ്ഥയായി. വൃദ്ധയുടെ മുഖം പെട്ടെന്ന് വല്ലാതെയായി.

നേഴ്സിന്റെ നേരെയുള്ള പരാക്രമം കഴിഞ്ഞു ഡോക്ടർ വൃദ്ധയുടെ അടുത്ത് വന്നു നിന്നു. ചുളുങ്ങിയ മുഖം ഉയർത്തി വൃദ്ധ ചെറുതായി ഡോക്ടറെ നോക്കി പുഞ്ചിരിച്ചു. പക്ഷേ, ഡോക്ടർ അത് കൺകൊണ്ടില്ല. ഒന്നും മിണ്ടാതെ വൃദ്ധയുടെ വലത്തേ കൈപ്പത്തിക്ക് മുകളിൽ അമർത്തി പൾസ് നോക്കുകയായിരുന്നു അയാൾ. പരുക്കൻ കൈപ്പത്തി കൊണ്ടുള്ള പിരിമുറുക്കം വൃദ്ധയുടെ കൈകൾക്ക് വേദനയുണ്ടാക്കി. വൃദ്ധയുടെ കൈ എല്ലുകൾ പൊട്ടുന്നപോലെ തോന്നി. അതിന്റെ വേദന കാരണം കൈ വലിക്കാൻ ശ്രമിച്ച വൃദ്ധയ്ക്ക് നേരെ അയാൾ അടുത്ത ശബ്ദസ്ഫോടനം നടത്തി.

"ദേ... അടങ്ങി ഇരുന്നോണം... ഇല്ലെങ്കിൽ..."

അയാളിൽ നിന്ന് ഉയർന്നുവന്ന ശബ്ദം വൃദ്ധയുടെ തൊണ്ടയിലെ വെള്ളം പോലും വറ്റിച്ചു കളഞ്ഞു. തന്റെ കൊച്ചു മകൻ ആ കാൻ പ്രായമുള്ള ഒരാളിൽനിന്ന് ഇത്രയും ഉയർന്ന ശബ്ദത്തിലുള്ള പ്രഹരം വൃദ്ധയുടെ മനസിനെ വിഷമത്തിലാക്കി. എന്നാൽ അതിന്റേതായ യാതൊരു കുറ്റബോധവും അയാളുടെ മുഖത്തുണ്ടായിരുന്നില്ല. ചെക്ക്അപ്പ് എല്ലാം കഴിഞ്ഞു കഴിക്കുന്ന മരുന്നുകളുടെ പേരുകൾ നേഴ്സിന്റെ ഫയലിൽനിന്ന് നോക്കിയിട്ട് ഒന്നും മിണ്ടാതെ അയാൾ പുറത്തേക്ക് നടന്നു. മുറിയുടെ വാതിലിന്റെ മുമ്പിൽനിന്ന് അയാൾ നേഴ്സിനോടായി ശബ്ദിച്ചു.

"ഇനി ഞാൻ വരുമ്പോൾ എന്നോട് മാന്യമായി പെരുമാറി ക്കോണം... കേട്ടല്ലോ..."

"അല്ല, ഡോക്ടർ..."

"ഷട്ട് അപ്പ്... ഇങ്ങോട്ടൊരക്ഷരം മിണ്ടേണ്ട... പറയുന്നത് കേട്ടാ മതി..."

"ഇറെസ്പോൺസിബിൾ ഇഡിയറ്റ്സ്..." അയാൾ ആരോടെ ന്നില്ലാതെ പിറുപിറുത്തു കൊണ്ടുനടന്നു.

അയാൾ പോയെന്ന് മനസിലായപ്പോൾ നേഴ്സ് സ്വയം പറ ഞ്ഞു. "ഹൃദയമില്ലാത്ത മനുഷ്യൻ..."

അന്ന് ആ നേഴ്സ് പറഞ്ഞത് സത്യമാണെന്ന് വൃദ്ധ തലകുലു ക്കി സമ്മതിച്ചു.

രണ്ടാമത് വൃദ്ധ കണ്ട ഹൃദയമില്ലാത്ത മനുഷ്യൻ വൃദ്ധയുടെ മകനാണ്... പക്ഷേ അത് സമ്മതിക്കാൻ വൃദ്ധയ്ക്ക് സാധിക്കില്ല. കാരണം അത് തന്റെ മകന്റെ മാത്രം പ്രശ്നമല്ല. അമ്മയും മകനുമായി മാത്രം കഴിഞ്ഞിരുന്ന ലോകത്തേക്ക് പുതിയ ഒരു പെണ്ണി നെ കൂടെ കൂട്ടാൻ മകനെ നിർബന്ധിച്ചതും... അവൾ പറയുന്ന കാര്യങ്ങൾ സാധിച്ചു കൊടുക്കാൻ മകനോട് ഉപദേശിച്ച തും ഇതേ വൃദ്ധ തന്നെയാണ്. എന്നാൽ പിന്നീട് മകൻ ഭാര്യയുടെ വാക്കുകൾ മാത്രം കേൾക്കുന്ന സ്ഥിതി വന്നപ്പോൾ വൃദ്ധയ്ക്ക് വീട്ടി ൽനിന്നും ഇറങ്ങേണ്ടി വന്നു. ഒന്നും മിണ്ടാതെ ഈ മുറിയിലെ ഇതേ കട്ടിലിൽ തന്നെ ഇരുത്തിയിട്ട് തിരിഞ്ഞൊന്ന് നോക്കുകയോ ഒരു വാക്ക് മിണ്ടുകയോ ചെയ്യാതെ പോയ മകനെ ഒരു നിമിഷം എങ്കിലും ഹൃദയമില്ലാത്തവനെന്ന് വൃദ്ധ കരുതിയിരിക്കണം... ആരോടും പരിഭവം പറയാതെ രാത്രിയിൽ ഉറങ്ങാൻ കിടക്കു

മ്പോൾ തലയിണയിൽ മുഖം പൊത്തി അതേ രംഗം ഓർത്തു പലയാവർത്തി കരഞ്ഞിരിക്കണം..

ആ രൂപം അടുത്തേക്ക് തന്നെ വരികയാണല്ലോ... പക്ഷേ കൂടുതൽ അടുത്തെത്തിയിട്ടും രൂപത്തിന്റെ മുഖം വ്യക്തമല്ല. ഈ രാത്രിയിൽ ഇതാരെ കാണാനാണ്... എല്ലാവരും ഉറങ്ങുകയല്ലേ... ഇനിവല്ലോം മോഷ്ടിക്കാൻ... എന്ത് ഇരുന്നിട്ട് മോഷ്ടിക്കാൻ... ഈ കെട്ടിടത്തിൽ ആകെയുള്ളത് കുറെ വൃദ്ധന്മാരും വൃദ്ധകളുമാണ്. അവരെ മോഷ്ടിച്ചിട്ട് ഇയാൾക്കെന്ത് നേട്ടം കിട്ടാൻ. ഇനി ഇവിടെയുള്ള നേഴ്സുമാരുടെയാരുടെയെങ്കിലും കാമുകനായിരിക്കുമോ?... അങ്ങനെയെങ്കിൽ അയാളെ മടക്കി അയക്കാൻ പാടില്ല. ആരെയും കാട്ടികൊടുക്കുന്നത് ശരിയല്ല. പാവം, അയാൾ കാണേണ്ടയാളെ കണ്ടിട്ട് പോകട്ടെ..

വൃദ്ധ ഒന്നും മിണ്ടാതെ മുകളിലേക്ക് നോക്കി കിടന്നു. ശ്വാസം ഇപ്പോൾ കുറച്ചുകൂടി എളുപ്പത്തിൽ എടുക്കാൻ സാധിക്കുന്നുണ്ട് എന്നുള്ളത് വൃദ്ധക്ക് ചെറിയൊരു ആശ്വാസമായി തോന്നി. പുറത്തു നിന്നുവരുന്ന കാറ്റ് പെട്ടെന്ന് കുറഞ്ഞപോലെ. കുറഞ്ഞു കുറഞ്ഞു ഇപ്പോൾ അതൊട്ടും ഇല്ലാതെയായേക്കുന്നു. എന്തുകൊണ്ടെന്നറിയാൻ വൃദ്ധ തുറന്നു കിടന്ന ജനാലയിലേക്ക് നോക്കി. ഒരുനിമിഷം വൃദ്ധ ഞെട്ടിപ്പോയി. താൻ കണ്ട കറുത്ത രൂപം തന്നെ നോക്കി ജനാലയ്ക്ക് പുറത്തുനിൽക്കുന്നു. തണുത്ത കാറ്റ് അതിനെ തട്ടിയാണ് അകത്തേക്ക് കയറാതെ നിന്നത്. വൃദ്ധ ഭയന്ന കണ്ണുകളാൽ ആ രൂപത്തെ നോക്കി നിന്നു. ആരാണെന്ന് ചോദിക്കാൻ കഴിയാതെ വൃദ്ധ ബുദ്ധിമുട്ടുന്നതുകണ്ട രൂപം ചെറുതായി ചിരിച്ചു. എന്നിട്ട് സംസാരിക്കാൻ പറഞ്ഞു...

“ആരാ..?” വൃദ്ധ പതിഞ്ഞ സ്വരത്തിൽ ചോദിച്ചു. വൃദ്ധയ്ക്കും ആ ചോദ്യം ഒരത്ഭുതമായി തോന്നി. സംസാരശേഷി പൂർണമായും നഷ്ടപ്പെട്ടിട്ട് കുറച്ചു ദിവസം ആകുന്നു. അന്ന് മുതൽ ഇന്ന് വരെ സംസാരിക്കാൻ ശ്രമിക്കുന്നതല്ലാതെ ഒരു ചെറിയ ശബ്ദംപോലും ഉള്ളിൽ നിന്ന് പുറത്തേക്കു വന്നിട്ടില്ല. പക്ഷേ... ഇപ്പോൾ അനായാസം സംസാരിക്കാൻ കഴിയുന്നു..

“ആരാ നീ..?” വൃദ്ധയുടെ മുഖം ഭയാനകതയിൽ നിന്ന് അത്ഭുതം നിറഞ്ഞ മുഖമായി മാറി.

“ഞാൻ അമ്മയെ കാണാൻ വന്നതാണ്...”

നല്ല ശബ്ദം... ബാബു ഡോക്ടറുടെ പോലെ കട്ടി നിറഞ്ഞതല്ല.

വളരെ പതുങ്ങിയതും മധുരവുമാണ്... കാഴ്ചയിലും സുന്ദരൻ. അടുത്ത് വന്നപ്പോൾ ആദ്യം ശ്രദ്ധിച്ചത് പൂച്ചക്കണ്ണ് തന്നെയാണ്. ഇപ്പോഴും ആ കണ്ണിൽ നിന്ന് മുഖം എടുക്കാൻ വൃദ്ധക്ക് ആകുന്നില്ല. ഏതോ തിളക്കമുള്ള കല്ലുകൾ പതിപ്പിച്ചിരിക്കുന്നപോലെ തോന്നി വൃദ്ധയ്ക്ക്.

"എന്നെ കാണാൻ വരാൻ മോൻ എന്റെ ആരാ... ഇനി ആരേലും പറഞ്ഞു വിട്ടതാണോ മോനെ..."

"ആരും പറഞ്ഞു വിട്ടതല്ല... ഞാൻ അമ്മയെ കാണാൻ തന്നെ വന്നതാണ്..."

വൃദ്ധ സംശയിച്ചു നിൽക്കുന്നത് കണ്ടപ്പോൾ രൂപത്തിന് ചിരി വന്നു.

"ഞാൻ അകത്തേക്ക് വരട്ടെ..." രൂപം അമ്മയോട് ചോദിച്ചു.

"മോൻ എങ്ങനെ വരും... മുമ്പിലത്തെ കതക് ഇവിടുത്തെ അച്ഛൻ ഒൻപതുമണി ആകുമ്പോൾ പൂട്ടും..."

വൃദ്ധ അതുപറഞ്ഞ് പീള അടിഞ്ഞ കണ്ണുകൾ ചിമ്മിയപ്പോൾ കറുത്ത വസ്ത്രം ധരിച്ച രൂപം അകത്തു വൃദ്ധയ്ക്ക് അരികിൽ എത്തിയിരുന്നു.

"ഞാൻ ഇവിടെ ഇതിനു മുമ്പും വന്നിട്ടുണ്ട്..." രൂപം വൃദ്ധയോടു പറഞ്ഞു.

"ഞാൻ കണ്ടിട്ടില്ലല്ലോ മോനെ..."

"അമ്മ എന്നെ കാണാൻ വഴിയില്ല. കാരണം ഞാൻ അന്ന് അമ്മയെ കാണാനല്ല വന്നത്... ഞാൻ കാണാൻ വരുന്നവർ മാത്രമേ എന്നെ കാണുകയുള്ളു..."

"എന്തിനാണ് മോൻ ഈ രാത്രി വന്നത്..?"

"അമ്മയോട് സംസാരിക്കാൻ..."

"എന്നോട് എന്തിനെക്കുറിച്ച് സംസാരിക്കാനാണ്..."

വൃദ്ധ താല്പര്യമില്ലാത്ത പോലെ പറഞ്ഞു വീണ്ടും ജനാലയിലൂടെ പുറത്തേക്കു നോക്കി കിടന്നു. രാത്രിയുടെ ഇരുട്ടിന് ഇപ്പോൾ കുറച്ചൊക്കെ ഭീകരത കുറഞ്ഞു വരുന്നുണ്ട്... ഭാഗ്യം...!

"നമുക്ക് മരണത്തെ കുറിച്ച് സംസാരിക്കാം...?"

രൂപം വൃദ്ധയോടു ചോദിച്ചു. വൃദ്ധയ്ക്ക് ചോദ്യത്തിന്റെ അർത്ഥം മനസിലാക്കാൻ കഴിഞ്ഞില്ല. ഒരു ചോദ്യമെന്നോണം വൃദ്ധ രൂപത്തെ നോക്കി. രൂപം അപ്പോഴും തന്റെ പൂച്ചക്കണ്ണു രണ്ടും കൊണ്ട് വൃദ്ധയുടെ മുഖത്തെ കൂർപ്പിച്ചു നോക്കി ഇരിക്കുകയായി

രുന്നു.

"മരണത്തെക്കുറിച്ച് ഞാനെന്ത് സംസാരിക്കാനാ..." വൃദ്ധ ചോദ്യമെന്നോണം രൂപത്തോട് ചോദിച്ചു.

"ഒരാൾ മരിക്കുന്നത് അമ്മ കണ്ടിട്ടുണ്ടോ..?"

"ഇല്ല..."

"മരണത്തിന്റെ ആ നിമിഷം അയാളിലുണ്ടാകുന്ന അവസ്ഥ എന്തെന്ന് അമ്മ ചിന്തിച്ചിട്ടുണ്ടോ..?"

രൂപത്തിന്റെ ചോദ്യത്തിന് വൃദ്ധ ഇല്ലെന്ന് തലകുലുക്കി. രൂപം അത് വിശദീകരിക്കാൻ തുടങ്ങി.

"മരിക്കുന്ന സമയം ഒരു മനുഷ്യന്റെ ഉള്ള് പൊള്ളയായിരിക്കും. അതിൽ ഒന്നിനും നിലനിൽപ്പുണ്ടാകില്ല. പക, വിദ്വേഷം, സന്തോഷം, വിഷമം, കാമം, ക്രോധം, സ്നേഹം, വെറുപ്പ്, ആർത്തി, ത്യാഗം... ഒന്നുമില്ലാത്ത മനസ്സും ശരീരവും. ആ നിമിഷം മനസിന്റെയുള്ളിൽ തണുപ്പ് ആയിരിക്കും... ഇരുട്ടിൽ മൂർച്ഛിച്ചു വരുന്ന തണുപ്പ്. അതുമാത്രമായിരിക്കും ശരീരത്തിൽ ആകെ അവശേഷിക്കുക. മരിക്കാൻ പോകുന്ന വ്യക്തി എടുക്കുന്ന ശ്വാസവും തണുപ്പ്. അവന്റെ ഉള്ളിൽ നിന്ന് പോകുന്നതും തണുപ്പ്. അവന്റെ രക്തവും തണുപ്പ്. അവന്റെ മാംസവും തണുപ്പ്. വായിൽനിന്ന് പോകുന്ന തുപ്പലും കണ്ണിൽ കെട്ടുന്ന പീളയുമെല്ലാം... എല്ലാം തണുപ്പ്..."

രൂപം പറഞ്ഞവസാനിപ്പിക്കുമ്പോൾ വൃദ്ധക്ക് കലശലായ തണുപ്പ് അനുഭപ്പെടുന്നതുപോലെ തോന്നി. വല്ലാത്ത തണുപ്പ്. രാത്രിയുടെ മൂർച്ചയിൽ ഏറി വരുന്ന തണുപ്പ്. അതിൽനിന്ന് രക്ഷ നേടാൻ വൃദ്ധ പുതപ്പിനുള്ളിലേക്കു ചുരുണ്ടു കയറി.

"മരിക്കുമ്പോൾ ഉള്ള അവസ്ഥയറിയുമോ അമ്മയ്ക്ക്...?"

രൂപം അടുത്ത ചോദ്യം വൃദ്ധയ്ക്ക് നേരെ ഉയർത്തി. വൃദ്ധ അതിനും അറിയില്ലെന്ന് തലകുലുക്കി. ആദ്യം പറയുമ്പോൾ ഉണ്ടായിരുന്നതിനേക്കാൾ കൂടുതൽ ഭയാനകവും വിളറിയതുമായിരുന്നു വൃദ്ധയുടെ മുഖം അപ്പോൾ. രൂപം കുറച്ചുകൂടെ വൃദ്ധക്ക് അടുത്തേക്ക് ചേർന്നിരുന്നു. രൂപത്തിന്റെ കൈ തട്ടിയപ്പോൾ വൃദ്ധയുടെ ശരീരം തണുപ്പ് കാരണം വിറങ്ങലിച്ച് ഇരിക്കുകയായിരുന്നു. രൂപം തന്റെ വിശദീകരണം തുടർന്നു.

"മരണം എന്നത് പൂർണമായും സംഭവിക്കുന്നത് ശരീരത്തിൽ നിന്ന് ആത്മാവ്, അല്ലെങ്കിൽ ജീവന്റെ തുടിപ്പ് ഇല്ലാതെ ആകുമ്പോഴാണ്. ഈ ഭൂമിയിലെ ഓരോ ജീവജാലങ്ങളും മരിക്കുന്നത്

ഒരുപോലെയാണ്. എല്ലാവരുടെയും ജീവൻ നഷ്ടപ്പെടുമ്പോൾ ഭൂമിയിൽ ഉണ്ടാകുന്ന മാറ്റങ്ങൾ... അത് ഉയർത്തുന്ന വെളിപാടുകൾ... ജീവൻ നഷ്ടപ്പെടുന്ന വ്യക്തി അല്ലാതെ മറ്റാരും കേൾക്കുകയില്ല. ഒരു ശരീരത്തിലെ ജീവൻ എവിടെനിന്നുവേണമെങ്കിലും പോയിത്തുടങ്ങാം... ചിലപ്പോൾ കാലിന്റെ തള്ള വിരലിൽനിന്ന്... അല്ലെങ്കിൽ തലയുടെ ഉച്ചിയിൽ നിന്ന്... അതുമല്ലെങ്കിൽ തിരുനെറ്റിയുടെ ഒത്ത നടുവിൽ നിന്ന്. എവിടെ നിന്നാണെങ്കിലും ആത്മാവ് യാത്ര ആരംഭിക്കാൻ തുടങ്ങുന്ന നേരം കൈപ്പത്തി നന്നായി വിയർത്തു തുടങ്ങും... ആ വിയർപ്പുതുള്ളികളുടെ നഷ്ടത്തിൽ തൊണ്ടയുടെ ഉള്ളിൽ നനവ് നഷ്ടപ്പെടും. അത് പതിയെ ഉണങ്ങും. ഒരു തുള്ളി വെള്ളം പോലും ഇല്ലാതെ അവ വറ്റും. അന്നേരം ജലത്തിന്റെ ഒരു കണികയെങ്കിലും തൊണ്ടയിൽ എത്തിയിരുന്നെങ്കിലെന്ന് ആ ശരീരം ആഗ്രഹിക്കും. അതിനായി ഉയർത്തി പിടിച്ച കണ്ണുകൾ കൊണ്ട് നാലു പാടും നോക്കും... പക്ഷേ...

ഞരമ്പുകളിലൂടെയുള്ള രക്തത്തിന്റെ ഒഴുക്ക് പതിയെ കുറഞ്ഞു തുടങ്ങും... രക്തം പതിയെ കട്ട പിടിക്കും... കട്ടപിടിച്ച ശരീരത്തിന്റെ ഭാഗങ്ങൾ മരവിക്കും... ഹൃദയത്തിന്റെ ചലനം നിൽക്കുന്നത് പോലെ അനുഭവപ്പെടും... ശ്വാസം എടുക്കാൻ ശരീരം മുഴുവൻ ശ്രമിക്കും. നെഞ്ചിൽ ഭാരം കൂടുന്നപോലെ തോന്നും. കിടക്കയിൽനിന്ന് വെപ്രാളത്തിൽ ശരീരം മേലോട്ട് ഉയർത്തും അപ്പോഴും മനസ്സിൽ ഒരിറ്റ് ശ്വാസം ആയിരിക്കും പ്രതീക്ഷ. പക്ഷേ അതും...

പൂർണമായും ശ്വാസം കിട്ടാതെ വരുന്ന സമയം... മരണത്തിന്റെ അവസാന നിമിഷം കണ്ണുകൾ രണ്ടും മുകളിലോട്ട് ഉയരും... മൂക്ക് കിടന്ന് തുടിക്കും... കാലുകൾ രണ്ടും അനായാസം പിടക്കും... അതിന്റെ ശക്തിയിൽ മലമൂത്ര വിസർജ്ജനം വരെ സംഭവിക്കും. ഒടുവിൽ പൂർണമായി ശരീരത്തെ വിട്ട് ആത്മാവ് ഉയരുമ്പോൾ രണ്ടു കൺപീലിയും ആട്ടം അവസാനിപ്പിക്കും. കൃഷ്ണമണികൾ രണ്ടും പതിയെ ശാന്തമാകും..."

രൂപം പറഞ്ഞവസാനിപ്പിക്കുമ്പോൾ ഭൂമി ഒരു നിമിഷം ഉലഞ്ഞു. തെക്ക് നിന്ന് ഉയർന്നു വന്ന കാറ്റ് ശബ്ദമുണ്ടാക്കി... ചെവി പൊട്ടുന്ന ശബ്ദം... ഏതോ വലിയ കാഹളത്തിൽ ആരോ ഊതുന്ന പോലത്തെ ശബ്ദം... ആ ശബ്ദം പ്രപഞ്ചം മുഴുവൻ കേൾക്കുമാറ് ഒച്ചത്തിൽ അട്ടഹസിച്ചു... പിന്നെ പതിയെ ആ ശബ്ദം ഇല്ലാതെ

ആയി... ഭൂമി പതിയെ ശാന്തമായി..

വിരിച്ചിട്ടിട്ട് പോയ കിടക്ക തെന്നിമാറി കിടക്കുന്നു. കട്ടിലിന്റെ കാലിന്റെ ഭാഗത്തിലൂടെ മലവും മൂത്രവും ഒലിച്ചിറങ്ങുന്നുണ്ടായിരുന്നു. വൃദ്ധ പുതപ്പിനുള്ളിൽ ചലനമില്ലാതെ കിടന്നു. വൃദ്ധയുടെ കണ്ണുകൾ രണ്ടും മുകളിലോട്ട് ദർശനം വെച്ചു വെളുത്തുവിളറി കിടന്നു. ഇരുട്ട് പൂർണമായി മൂടാൻ പോയ കണ്ണുകളിൽ അവസാനം വൃദ്ധ കണ്ടത് എന്നോ തന്നെ ഉപേക്ഷിച്ചിട്ടു പോയ മകന്റെ മുഖമാണ്. മരണത്തിന്റെ അവസാന നിമിഷത്തിലും ആ നഷ്ടം അവരെ കൂടുതൽ വേദനിപ്പിച്ചു... ഇരുട്ട് കണ്ണുകൾ രണ്ടിനെയും വന്നു മൂടി. വൃദ്ധ മരിച്ചു.

രാത്രി അതിന്റെ വേഷം അഴിച്ചു യാത്ര പറയാൻ തയ്യാറായി നിന്നു. യാത്ര പോകും മുമ്പ് വൃദ്ധയുടെ തണുത്ത ശരീരത്തിൽ രൂപം ആലിംഗനം ചെയ്തു.

സൂര്യൻ പതിയെ ഉദിച്ചു തുടങ്ങി.

വേരുകൾ പോലെ അവൻ

ഇന്ന് ആകെ മൊത്തത്തിൽ ഒരു മോശം ദിവസമായിരുന്നു. രാവിലെ എഴുന്നേറ്റപ്പോൾ മുതൽ ഇതുവരെ ഉണ്ടാകാത്ത തരത്തിൽ ഒരു തലവേദന. ഗുളിക കഴിച്ചിട്ടും മാറാതെ വന്നപ്പോൾ സുമിത്രയാണ് പറഞ്ഞത് ഒന്ന് ആശുപത്രിയിൽ കൊണ്ടുപോയി കാണിക്കാമെന്ന്. എനിക്കാണെങ്കിൽ ഈ ചെറിയ കാര്യങ്ങൾക്ക് ആശുപത്രിയിൽ പോകുന്നതേ താല്പര്യമില്ലാത്തതാണ്. അതു കൊണ്ടുതന്നെ ആശുപത്രിയിലേക്ക് പോകുന്നതിനുമുമ്പ് ചെറു തായി ഒന്ന് ഉറങ്ങി നോക്കാം എന്ന് കരുതി. ഉറങ്ങിയെണീക്കു മ്പോൾ തലവേദന മാറുകയാണെങ്കിൽ പിന്നെ ആശുപത്രിയിലെ അലോസരപ്പെടുത്തുന്ന ഗന്ധത്തിൽ നിന്ന് രക്ഷപ്പെടാമായിരുന്നു. ഒന്നാമതെ ജീവിക്കുന്നതുതന്നെ ഇപ്പോൾ ആശുപത്രിയുടെയും ഗുളികയുടെയും സഹായത്തോടെയാണ്. പാരമ്പര്യമായി ആയുസ്സ് കുറവുള്ള കുടുംബമാണ് എന്റേതെന്ന് മുത്തശ്ശി പണ്ട് പറഞ്ഞിട്ടു ണ്ട്. എന്റെ അച്ഛനും വല്യച്ഛനും അച്ഛന്റെ ജ്യേഷ്ഠനും എല്ലാം നേരത്തെ തന്നെ മരിച്ചുപോയിരുന്നു. എന്നിൽനിന്ന് അവർക്ക് ഉണ്ടായിരുന്ന വ്യത്യാസമെന്നത് അവരെല്ലാം മരിക്കുമ്പോഴും പൂർണ ആരോഗ്യവാന്മാരായിരുന്നു എന്നതാണ്. പക്ഷേ, എന്റെ കാര്യത്തിൽ നേരെ തിരിച്ചാണ്. നാൽപതു വയസ്സ് ആയപ്പോൾ തന്നെ രോഗങ്ങൾ ഓരോന്നായി വന്നു കയറിത്തുടങ്ങിയിരുന്നു. ഷുഗറും പ്രെഷറും പോരാത്തതിന് കുറച്ചു ദിവസമായി ശ്വാസമെ ടുക്കുമ്പോൾ ഭയങ്കര പ്രയാസവും അനുഭവപ്പെടുന്നു. അതും പോരാതെയാണ് ഇപ്പോഴീ വിട്ടുമാറാത്ത തലവേദനയും...

അങ്ങനെ ഓരോന്ന് ആലോചിച്ച് ഒന്ന് കിടക്കാൻ ഒരുങ്ങുമ്പോഴാണ് മൊബൈൽ അടിച്ചത്. പ്രതീക്ഷിക്കാതെയുള്ള ആ ഫോൺ കോൾ എവിടെനിന്നാണോ... അറിയില്ല! പതിയെ ഞാൻ പോയി ഫോൺ എടുത്തു.

"ഹലോ..."

"......."

"ഹലോ... ആരാ...?"

ഫോണിന്റെ മറുവശത്തു നിന്ന് കേട്ട വാർത്ത എന്നെ അസ്വസ്ഥനാക്കി. വിളിച്ചയാൾ ഫോൺ വെച്ചിട്ടും എനിക്ക് മൊബൈൽ മാറ്റാൻ തോന്നിയില്ല. ഒരു നിമിഷം പൂർണമായും കണ്ണിലിരുട്ട് കയറുന്നപോലെയായിരുന്നു. മൊത്തത്തിലൊരു മരവിപ്പ്.

"അതുശരി. തലവേദനയാണെന്ന് പറഞ്ഞു കിടന്ന ആളാണോ ഈ കുന്ത്രാണ്ടം ചെവിട്ടിൽ വെച്ച് നിൽക്കുന്നെ. അതവിടെ വെച്ച് പോയി കിടക്കാൻ നോക്ക്."

എന്റെ മുഖത്തെ ഗൗരവം കണ്ടിട്ടാണ് അവൾ കുറ്റപ്പെടുത്തൽ ഒഴിവാക്കി കാര്യം തിരക്കിയത്.

"എന്തുപറ്റി... എന്താണ് നിങ്ങൾ വല്ലാതിരിക്കുന്നെ..?"

"എടീ... അവൻ..."

"ആര്... ആർക്ക് എന്താണ് സംഭവിച്ചത്..?"

"സതീശൻ മരിച്ചെന്ന്..."

കേട്ട വാർത്ത എന്നെപ്പോലെതന്നെ അവളെയും ചെറുതായി അസ്വസ്ഥയാക്കി. സതീശനുമായിട്ടുള്ള എന്റെ ബന്ധം അവൾക്ക് നല്ലതുപോലെ അറിയാം. എന്നിലൂടെ സതീശനെ അവൾക്കും അത്യാവശ്യം നല്ല പരിചയമുണ്ടായിരുന്നു. അവനാണ് ഇപ്പോൾ...

"എന്താ സംഭവിച്ചത്... എങ്ങനെയാണ് മരിച്ചത്..?"

"അറിയില്ല... അത് പറഞ്ഞില്ല... ശവം ഇപ്പോൾ മോർച്ചറിയിലാണ്... ആരെങ്കിലും വേണ്ടേ ഏറ്റെടുക്കാനും..."

"അതിന് സതീശന് ആരെങ്കിലും ഉണ്ടോ?"

അവൾ പറഞ്ഞപ്പോഴാണ് ഞാനും അതോർത്തത്. ശരിയാണ് സതീശന് ആരുമില്ല. സ്വന്തക്കാരോ ബന്ധുക്കാരോ ആരും കൂടെയില്ല. പക്ഷേ...

"ഞാൻ ഉണ്ടല്ലോ..."

"നിങ്ങൾ ഈ അവസ്ഥയിൽ എങ്ങനെ?"

അവൾ ഓർമ്മിപ്പിച്ചപ്പോഴാണ് ഞാനെന്റെ ശരീരത്തെക്കുറിച്ച്

ഓർത്തത്. പ്രഷർ ഇപ്പോൾ പതിവിലും കൂടുതലാണ്. കൂടാതെ മറ്റു പല രോഗങ്ങളും. സത്യം പറഞ്ഞാൽ ഗുളികപ്പുറത്താണ് ജീവിക്കുന്നതുതന്നെ. ആ ഞാൻ ഇത്രയും ദൂരം എങ്ങനെ പോകും... ഞാൻ മൊബൈൽ ടേബിളിൽ വെച്ച് കട്ടിലിൽ കിടന്നു. കണ്ണുകൾ അടക്കുമ്പോഴെല്ലാം മനസ്സിൽ അവന്റെ മുഖമാണ് തെളിഞ്ഞു വരുന്നത്. പല കാലങ്ങളിലായി പല മുഖങ്ങൾ... എല്ലാത്തിലും അവന്റെ നിഷ്കളങ്കത നിറഞ്ഞ ചിരി... എന്റെ കണ്ണുകൾ നിറയുന്നുണ്ടോ..? അറിയില്ല!

"നിങ്ങളെന്താണൊന്നും മിണ്ടാത്തത്... എന്താ ഇപ്പോൾ ചെയ്യുക?"

ഒന്ന് നിർത്തിയതിന് ശേഷം അവൾ പറഞ്ഞു.

"നാട്ടിൽ പരിചയമുള്ള ആരെങ്കിലും ഉണ്ടെങ്കിൽ അവരോട് ഒന്ന് നോക്കാൻ പറഞ്ഞാലോ..?"

"ആരോട് പറയാൻ..?"

"ഹരിപ്പാട് മാധവേട്ടന്റെ ചിറ്റയും മകനും ഒക്കെയില്ലേ... അവരോടു ആരോടെങ്കിലിമൊന്ന് പറഞ്ഞാൽ..."

കുറച്ചു നേരത്തേക്ക് ഞാൻ മറുപടിയൊന്നും പറഞ്ഞില്ല. ഒന്നും മിണ്ടാത്തത് കൊണ്ടാവാം അവൾ എനിക്ക് കുളിക്കാനുള്ള വെള്ളം ചൂടാക്കാൻ വേണ്ടി എഴുന്നേറ്റു.

"എനിക്ക് പോകണം. ഞാൻ പോകും."

എന്റെ വാക്കുകൾ കേട്ട് അവളൊന്നും പറയാതെ അടുക്കളയിലേക്ക് പോയി. അവൾക്ക് അറിയാമായിരുന്നു ഞാൻ പോകുമെന്ന്. എനിക്ക് പോകാതിരിക്കാൻ കഴിയില്ലെന്ന്.

രാത്രിയിൽ ഉറങ്ങാൻ കഴിഞ്ഞില്ല. ഓർമ്മകളുടെ തീയാണ് ഉറക്കം നഷ്ടപ്പെടുത്തുന്നത്. ഇന്നത്തെ രാത്രിക്ക് ദൈർഘ്യം കൂടുതൽ ആണോ...? അറിയില്ല. ചിലപ്പോൾ എല്ലാ രാത്രിയും ഇതുപോലെ തന്നെയായിരിക്കണം. എനിക്ക് ഇന്നത്തെ രാത്രിയെക്കുറിച്ച് ആലോചിച്ചാൽ മതിയായിരുന്നു. നാളെ അതിരാവിലെ തന്നെ പുറപ്പെടണം. നാലഞ്ചു മണിക്കൂർ യാത്ര ഉണ്ട്. അത് സാരമില്ല, ഉറക്കം വരാത്ത കൊണ്ട് ഞാൻ ജനൽപാളിയിൽ കൈവെച്ചു ഉദിച്ചു നിൽക്കുന്ന ചന്ദ്രനെ നോക്കി നിന്നു. ഇങ്ങനെ രാത്രി ചന്ദ്രനെ നോക്കി നിന്നിട്ടുള്ളത് കുട്ടികാലത്താണ്. അന്ന് എന്റെ കൂടെ സതീശനും ഉണ്ടായിരുന്നു. നേരം ഇരുട്ടിയാൽ പ്രേതത്തെ പേടിച്ചു മുറിക്കുള്ളിൽ നിന്ന് പുറത്തിറങ്ങാതെ നിന്നിരുന്ന എനിക്ക്

പൂർണചന്ദ്രന്റെ ഭംഗി ആദ്യമായി കാണിച്ചു തന്നത് സതീശൻ ആയിരുന്നു. അച്ഛൻ അന്ന് പതിവുപോലെ പണിയും കഴിഞ്ഞു വന്ന് അത്താഴവും കഴിച്ചു കിടന്നു. അച്ഛൻ ഉറങ്ങി കഴിഞ്ഞപ്പോൾ ഞാൻ മുറ്റത്തേക്ക് ഇറങ്ങി. ഇരുട്ടിനെ നോക്കി പേടിച്ചു നിന്ന എന്നെ കൈപിടിച്ച് വീടിന്റെ പുറകിലെ തൊഴുത്തിന്റെ മുമ്പിൽ നിറുത്തി ചന്ദ്രനെ കാണിച്ചു തന്നത് സതീശനായിരുന്നു. സതീശൻ എന്നേക്കാൾ രണ്ടു വയസ്സിന് മൂത്തതാണ്. രാത്രിയിലും ഒരു ഭയവുമില്ലാതെ അവൻ നടക്കുന്നത് കണ്ടപ്പോൾ എനിക്ക് അവനോട് സൗഹൃദത്തേക്കാൾ കൂടുതൽ ബഹുമാനം തോന്നിയിരുന്നു.

"സതീശാ... നിനക്കു ഭയങ്കര ധൈര്യമാണല്ലോടാ..."

ഞാൻ അവനോടത് പറഞ്ഞപ്പോൾ ആദ്യമായി അവന്റെ നിഷ്കളങ്കത നിറഞ്ഞ ചിരി എനിക്ക് അവൻ കാണിച്ചു തന്നു. സതീശന്റെ ആ ചിരിക്ക് ചന്ദ്രനെക്കാൾ ഭംഗിയുള്ളതായി എനിക്ക് അന്ന് തോന്നി.

ഉറങ്ങണം. കുറച്ചെങ്കിലും ഉറങ്ങിയില്ലെങ്കിൽ നാളെ വണ്ടി ഓടിക്കാൻ പ്രയാസമാകും. സുമിത്ര കൂടെ ഉണ്ടെങ്കിലും വണ്ടി ഞാൻ തന്നെ ഓടിക്കണം. യാത്രയിൽ എന്തെങ്കിലും അസ്വസ്ഥത ഞാൻ കാണിച്ചാൽ അപ്പോൾ അവൾക്ക് ആധി കയറും. പിന്നെ എനിക്ക് പോകാൻ സാധിക്കാതെ വരും. അത് പാടില്ല. ജനൽപ്പാളി അടച്ചു കൊളുത്തിട്ട് ഞാൻ കിടന്നു.

അതിരാവിലെ തന്നെ യാത്ര പുറപ്പെട്ടു. ഇറങ്ങുമ്പോൾ പതിവില്ലാതെ നല്ല മഴയുണ്ടായിരുന്നു. മഴവെള്ളം വീണ് മുറ്റത്തെ ചെമ്മണ്ണ് മുഴുവൻ എന്റെ പാന്റിലായി. ഞാൻ അത് തട്ടി കളഞ്ഞില്ല. മഴ സതീശന് ഭയങ്കര ഇഷ്ടമായിരുന്നു. പ്രത്യേകിച്ച് അപ്രതീക്ഷിതമായി പെയ്യുന്ന മഴ. അത് അവൻ നല്ലപോലെ ആസ്വദിച്ചു നനയുമായിരുന്നു. ഞങ്ങളുടെ രണ്ടു പേരുടെയും വീട് അടുത്തടുത്താണ്. അതുകൊണ്ടുതന്നെ ഞങ്ങൾ സ്കൂളിൽ പോകുന്നതും വരുന്നതും ഒന്നിച്ചായിരുന്നു. വീട്ടിലേക്ക് പോകുന്നത് പാടത്തിന്റെ വരമ്പിലൂടെയാണ്. വരമ്പിൽ ഒരു തുള്ളി വെള്ളം വീണാൽ മതി ചെളി നിറയാൻ. അതിലെ ശക്തമായി ചവിട്ടി ചെളി തെറുപ്പിച്ചേ അവൻ നടക്കൂ.

"സതീശാ. നീ ഒന്ന് പതിയ പോ..."

"നീ വേഗം നടന്നു വാടാ മാധവാ..."

സതീശൻ ചിരിച്ചു കൊണ്ട് എന്റെ നേരെ ചെളി തെറിപ്പിച്ചു.

വസ്ത്രത്തിൽ അഴുക്ക് പറ്റി വരുമ്പോഴെല്ലാം സതീശന് ലക്ഷ്മി

യമ്മയുടെ കൈയ്യിൽ നിന്ന് തല്ലു കിട്ടിയിട്ടുണ്ട്. എത്ര തല്ലു കിട്ടിയാലും അടുത്ത മഴയുള്ള ദിവസത്തിൽ അവൻ വീണ്ടും അത് തന്നെ ആവർത്തിക്കുമായിരുന്നു. പക്ഷേ പതിവില്ലാതെ മഴ പെയ്ത അന്ന് മാത്രം അവനെ ലക്ഷ്മിയമ്മ തല്ലിയില്ല. ആരും അവനെ വഴക്കു പറഞ്ഞില്ല. വീടിന്റെ മുമ്പിൽ കൂടി നിന്ന ആളുകളെല്ലാം അവനെ സഹതാപപൂർവ്വം തലോടിക്കൊണ്ടിരുന്നു. അതിന്റെ അർത്ഥം അപ്പോൾ അവന് മനസിലായില്ലായിരുന്നു. പക്ഷേ, അമ്മയുടെ കരഞ്ഞു കലങ്ങിയ കണ്ണുകളും അച്ഛന്റെ മൂടി പുതച്ച ശരീരവും കണ്ടപ്പോൾ സതീശൻ എന്നെ കെട്ടിപ്പിടിച്ചു കരഞ്ഞു. അന്ന് ആണ് ഞാൻ ആദ്യമായി സതീശൻ കരയുന്നത് കാണുന്നത്. ഞാനും അവന്റെ കൂടെ കരഞ്ഞു.

പിന്നീട് സതീശൻ സ്കൂളിൽ പോയിട്ടില്ല. പഠിക്കാൻ പോയില്ലെങ്കിലും ഞാൻ പോകുമ്പോൾ എന്റെ കൂടെ വരും. സ്കൂളിന്റെ പടിക്കൽ എത്തുമ്പോൾ എനിക്ക് നിഷ്കളങ്കത നിറഞ്ഞ ചിരി സമ്മാനിച്ചു അവൻ നടന്നു പോകും.

കാർ നിറുത്തിയിട്ടിട്ട് ഇപ്പോൾ അരമണിക്കൂറിൽ കൂടുതൽ ആയി. കുറച്ചു മുമ്പിലായി ഒരു അപകടം സംഭവിച്ചിരിക്കുന്നു. അതാണ് തീരെ പ്രതീക്ഷിക്കാതെ ഇങ്ങനെയൊരു ബ്ലോക്ക് വരാൻ കാരണം. പ്രതീക്ഷിച്ച സമയത്തു അവിടെ എത്താൻ സാധിക്കുകയില്ല. പച്ചക്കറിയും കൊണ്ടുവന്ന ലോറി മറിഞ്ഞതാണ്. ക്രയിൻ വന്നേ വണ്ടി മാറ്റാൻ സാധിക്കുകയുള്ളു. അത് വരെ ഇങ്ങനെ കിടന്നേ പറ്റൂ.

“നമ്മൾ ഉദ്ദേശിച്ചതിലും കൂടുതൽ വൈകുമല്ലോ ഈശ്വരാ...”

സുമിത്ര വണ്ടിയിൽ ഇരുന്നു നെടുവീർപ്പിടാൻ തുടങ്ങി. ഞാൻ അപ്പോഴും സതീശനെ കുറിച്ചോർക്കുകയായിരുന്നു.

ഡിഗ്രിക്ക് പഠിക്കാൻ പോകാൻ എനിക്ക് യാതൊരു താല്പര്യവുമില്ലായിരുന്നു. അതുവരെ നാട്ടിൽ നിന്ന് മാറി നിന്നിട്ടില്ലായിരുന്നു. പെട്ടെന്ന് ദൂരെ ഒരു കോളേജിൽ പോയി പഠിക്കാനും തികച്ചും അപരിചിതമായ ഒരു നഗരത്തിൽ ആരെയും അറിയാതെ ജീവിക്കാനും ഒക്കെ എന്നെകൊണ്ട് സാധിക്കുമായിരുന്നില്ല. എന്ത് ചെ യ്യണമെന്നറിയാതെ തോടിന്റെ മുകളിലെ തടി പാലത്തിൽ ഇരുന്നപ്പോൾ അന്നത്തെ ജോലിയും കഴിഞ്ഞു സതീശൻ എന്റെ അടുത്ത് വന്നു. സതീശൻ അന്നേരം ലോറി ഡ്രൈവറായിരുന്നു... നാട്ടിലെ വർഗ്ഗീസ് മുതലാളിയുടെ വണ്ടിയിൽ കിളിയായിട്ടാണ് അവൻ

തുടങ്ങിയത്. പിന്നീട് പ്രായപൂർത്തിയായി വണ്ടി ഓടിക്കാൻ തുടങ്ങിയപ്പോൾ ഡ്രൈവർ ആയി.

"എന്താടാ മാധവാ നീ വല്ലാതെ ഇരിക്കുന്നെ..?"

എന്നെ കണ്ട മാത്രെ സതീശൻ ചോദിച്ചു.

"ഹേയ് ഒന്നുമില്ലെടാ..."

ഞാൻ പെട്ടെന്നൊരു മറുപടി പറഞ്ഞു.

"ഹേയ്... അങ്ങനെ അല്ലല്ലോ... കാര്യമായി എന്തോ പ്രശ്നം നിന്നെ അലട്ടുന്നുണ്ടല്ലോ... നീ എന്താണെന്ന് എന്നോട് പറ..."

"ഡിഗ്രിയ്ക്ക് അഡ്മിഷൻ കിട്ടി. പക്ഷേ പോകാൻ ഒരു..."

"പേടി അല്ലെ..."

സതീശനോട് കള്ളം പറയാൻ എനിക്കാകില്ല... ഞാൻ സത്യം പറഞ്ഞു.

"അതേ... ഞാൻ ഇതുവരെ നാടും വീടും വിട്ട് എങ്ങും നിന്നിട്ടില്ല... ആകെ പോയേക്കുന്നത് ഹരിപ്പാട് അമ്മ വീട്ടിലാണ്... ഇതിപ്പോൾ ഇത്രെയും ദൂരെ പോയി നിന്ന് പഠിക്കണം എന്നൊക്കെ പറഞ്ഞാൽ..."

"പറഞ്ഞാലെന്താ പോകണം... എടാ ഇങ്ങനെ ഒരു അവ സരം കിട്ടുമ്പോൾ നീ അത് ഉപയോഗിക്കാതെ കളയുന്നത് മണ്ടത്തരമാണ്... ഇപ്പോൾ പോയി പഠിച്ചാൽ നാളെ നിനക്ക് സുഖമായി ജീവിക്കാനുള്ളത് കിട്ടുമല്ലോ... മാത്രമല്ല... നീ ഒരുപാട് ലോകം കാണും. എനിക്കത് ഉറപ്പാ..."

സതീശൻ അന്ന് പറഞ്ഞത് ശരിയായി. പഠനം കഴിഞ്ഞു പലസ്ഥലത്ത് ഞാൻ ജോലി ചെയ്തു. ഒരുപാട് ദേശങ്ങൾ... ഒരുപാട് ഭാഷകൾ... ഒരുപാട് വ്യക്തികൾ... ഒരുപാട് ലോഡ്ജുകൾ... ഒരു പാട് മുറികൾ... പതിയെ ഞാൻ നാട് മറന്നു. നാട്ടിൽനിന്ന് മാറാതെ നിന്നിരുന്ന ഞാൻ പഠിക്കാൻ പോയതിൽ പിന്നെ നാട്ടിൽ അധികം നിന്നിട്ടില്ല... പഠനം കഴിഞ്ഞയുടനെ മംഗലാപുരത്ത് ജോലിയിൽ കയറി. അവിടെ കൂടെ ജോലി ചെയ്തിരുന്ന ഒരു പെണ്ണിനെ വിവാ ഹവും കഴിച്ചു... കാലം അങ്ങനെ കടന്നു പോയി. ഇതിനിടയിൽ രണ്ടു തവണയായി അച്ഛനും അമ്മയും മരിച്ചപ്പോൾ മാത്രമാണ് നാട്ടിൽ പോയത്. പിന്നീട് പൂർണമായും നാട്ടിലേക്ക് പോകാതെ ആയി. ആദ്യം സതീശനുമായി ഇടയ്ക്കൊക്കെ ബന്ധപ്പെടുമായിരുന്നു. പതിയെ അതും ഇല്ലാതായി.

"അവൻ ഇത്ര പെട്ടെന്ന് പോകുമെന്ന് ഞാൻ വിചാരിച്ചില്ല."

ഞാൻ ഇത് പറയുമ്പോൾ കാർ എടത്വ പാലം കയറുകയായിരുന്നു.

“ശരിയാ, വീട്ടിൽ വന്നപ്പോഴും, നമ്മളോട് സംസാരിച്ചിരുന്നപ്പോഴുമൊന്നും ഇങ്ങനെ ഉണ്ടാകുമെന്ന് കരുതിയില്ല.”

സുമിത്ര പറഞ്ഞവസാനിപ്പിച്ചു.

ശരിയാണ് സതീശൻ വീട്ടിലേക്ക് വരുമെന്ന് ഞാനും തീരെ പ്രതീക്ഷിച്ചിരുന്നില്ല. രാവിലത്തെ ഭക്ഷണവും കഴിച്ച് കുറ്റിപ്പുറത്തെ വീടിന്റെ ഉമ്മറത്തിരിക്കുമ്പോഴായിരുന്നു ഒട്ടും പ്രതീക്ഷിക്കാത്ത ഒരു മുഖം കയറി വരുന്നത് കണ്ടത്. മഴ നല്ലപോലെ പെയ്യുന്നുണ്ടായിരുന്നു. മഴകാരണം ആദ്യം എനിക്ക് മുഖം വ്യക്തമായിരുന്നില്ല. കൂടുതൽ അടുത്തേക്ക് വന്നപ്പോൾ ആണ് എനിക്കത് സതീശൻ ആണെന്ന് മനസിലായത്. അവൻ പണ്ട് കണ്ടതിലും ക്ഷീണിച്ചിരുന്നു. ശരീരം ആകെ ഒട്ടിയപോലെ. കണ്ണുകൾ രണ്ടിലും കറുപ്പ് വീണിരുന്നു. എന്നെ നോക്കി അവൻ ചിരിച്ചു. ഞാൻ ഇഷ്ടപ്പെട്ടിരുന്ന അവന്റെ ചിരിയും അവനിൽ നിന്ന് നഷ്ടമായത് പോലെ തോന്നി. എനിക്ക് എന്ത് പറയണം എന്ന് പോലും അറിയില്ലായിരുന്നു.

“സതീശാ കയറി വാ...”

ഞാൻ അകത്തേക്ക് വിളിച്ചു. ഞാൻ വിളിക്കും വരെയും അവൻ പുറത്തു നിന്ന് മഴ കൊള്ളുകയായിരുന്നു. അവൻ തിണ്ണയിലേക്ക് കയറി നിന്നു. മഴത്തുള്ളികൾ അവന്റെ മുഖത്തുകൂടെ നല്ലപോലെ ഒലിച്ച് ഇറങ്ങുന്നുണ്ടായിരുന്നു.

“നിനക്ക് ഇവിടം എങ്ങനെ മനസിലായി...?”

ഞാൻ ചോദിച്ചു.

“ഒരുപാട് കഷ്ടപ്പെട്ടു. അമ്മ മരിച്ചതിനുശേഷം നീ പിന്നെ അങ്ങോട്ട് വന്നിട്ടില്ലല്ലോ. നീ തന്ന നമ്പറിൽ വിളിച്ചപ്പോൾ ഒന്നും കിട്ടിയില്ല. പിന്നെ ഹരിപ്പാടുള്ള നിന്റെ അമ്മയുടെ അനിയത്തി സുഭദ്ര ചിറ്റയാണ് പറഞ്ഞത് ചിറ്റയുടെ മകൻ അരവിന്ദൻ നിന്നെ കണ്ടായിരുന്നു എന്നും നീ കുറ്റിപ്പുറത്താണ് താമസം എന്നും എല്ലാം... ആദ്യത്തെ ബസ്സിന് കയറിയതാ... കാപ്പിയും ഭക്ഷണവും ഒന്നും കഴിച്ചില്ല...”

അവൻ അത് പറഞ്ഞപ്പോൾ ആണ് ഞാനും അത് ഓർത്തത്. അവന് ഒന്നും ഇതുവരെ കൊടുത്തില്ല.

“സുമിത്രേ... രണ്ടു കാപ്പി...”

മഴയുടെ ശബ്ദത്തിൽ സുമിത്ര അത് കേട്ടിരുന്നില്ല.

"ഒന്നും വേണ്ട... ഞാനിപ്പോൾ ഇറങ്ങും...."

"അത് പറ്റില്ല... ഇത്രയും ദൂരം നീ വന്നിട്ട് ഒന്നും കഴിക്കാതെ പോവുകയോ... അത് നടക്കില്ല... സമയം ഇത്രയും ആയില്ലേ ഊണ് കഴിച്ചിട്ട് പോയാമതി..."

അവൻ ഒന്നും മിണ്ടാതെ ചിരിച്ചു കൊണ്ടങ്ങനെ ഇരുന്നു. എനിക്ക് അവന്റെ മാറ്റം ആകെ അത്ഭുതമായി തോന്നി. അവൻ ഇട്ടിരുന്ന നീളൻ ഷർട്ടിന്റെ ബട്ടൻസ് പലതും പൊട്ടിയിരുന്നു. മഴ കൊണ്ട് അത് ശരീരത്തിൽ ഒട്ടി കിടന്നിരുന്നു. മഴ വെള്ളം അവന്റെ ദേഹത്തു കൂടെ ഒലിച്ചിറങ്ങുന്നുണ്ടായിരുന്നു.

"നീ വാ... ഈ വസ്ത്രം എല്ലാം ഒന്ന് മാറ്..."

ഉച്ചക്ക് ഊണ് കഴിക്കുമ്പോൾ ആണ് സുമിത്രയെ ഞാൻ സതീശന് പരിചയപ്പെടുത്തിയത്.

"സതീശാ നിനക്ക് മനസിലായില്ലേ... സുമിത്ര..."

"എനിക്ക് അറിയാം... ദേവകിയമ്മയുടെ മരിപ്പിന് വന്നപ്പോൾ കണ്ടായിരുന്നു..."

അവന്റെ ആ വാക്കുകൾ എന്നെ ഒന്ന് അസ്വസ്ഥപ്പെടുത്തി. അത് കഴിഞ്ഞിപ്പോൾ വർഷങ്ങൾ ആയിരിക്കുന്നു. ഇതിനിടയിൽ ഒരുവട്ടം പോലും അവനെ ഞാൻ ചെന്ന് കണ്ടില്ല. അവനെ പോലെ തന്നെ എന്നെയും സ്നേഹിച്ച ലക്ഷ്മിയമ്മയെക്കുറിച്ച് ചോദിച്ചതുപോലും ഇല്ല... ഞാൻ എന്താ ക്രൂരൻ ആണോ..? അതെ ക്രൂരൻ ആണ്. അതുകൊണ്ടാണ് ഒരിക്കൽ പ്രിയപ്പെട്ടത് എന്ന് കരുതിയ നാടും വീടും വീട്ടുകാരെയും അവനെയും എല്ലാം മറന്നത്...

"സുമിത്രേ... ഇതാണ് സതീശൻ ഞാൻ പറയാറില്ലേ..."

ഞാൻ സുമിത്രക്ക് സതീശനെ പരിചയപ്പെടുത്തി.

"നീ എന്നെ കുറിച്ചൊന്നും പറഞ്ഞിട്ടില്ല എന്ന് എനിക്കറിയാം.

തമാശ രൂപേണയാണ് അവൻ പറഞ്ഞതെങ്കിലും അത് സത്യമായിരുന്നു. കല്യാണം കഴിഞ്ഞ് ഇതുവരെ ഞങ്ങളുടേതായ സ്വകാര്യനിമിഷങ്ങളിൽ ഒരിക്കൽ പോലും സതീശൻ എന്നൊരു പേര് ഞാൻ പറഞ്ഞിരുന്നില്ല. എന്ത് കൊണ്ടോ ഞാൻ മറന്നു പോയിരുന്നു... പക്ഷേ അങ്ങനെ ചെയ്യാൻ പാടുണ്ടോ..? മറ്റാരെ മറന്നാലും അവനെ മറക്കാൻ പാടില്ലായിരുന്നു... ദൈവം ശിക്ഷിക്കട്ടെ എന്നെ... അവന്റെ വാക്കുകളെ എതിർക്കാൻ ഞാൻ

നിന്നില്ല.

"നിന്റെ ജോലിയൊക്കെ എങ്ങനെ പോകുന്നു... നമ്മളുടെ വർഗീസ് മാപ്പിള ഇപ്പോഴും ഉണ്ടോ..."

"ആഹ് ഉണ്ടാകും..."

"എന്താടാ... നീ പുള്ളിയെ കാണാറില്ലേ..?"

"ഞാൻ ഇപ്പോൾ ജോലിക്ക് പോകാറില്ല..."

"ജോലിക്ക് പോകാറില്ലെന്നോ... പിന്നെ നീ..."

അതിനവൻ ഉത്തരം നൽകിയില്ല. ഒന്നും മിണ്ടാതെ തിണ്ണയിലേക്ക് അടിച്ചു കയറുന്ന മഴത്തുള്ളികളെ നോക്കി ഇരുന്നു. ഞാനും കൂടുതൽ ഒന്നും ചോദിച്ചില്ല... അവനായിട്ട് ഒന്നും പറഞ്ഞതുമില്ല..

അവനെന്തോ പ്രശ്നമുണ്ടെന്ന് എനിക്ക് തോന്നി. ഊണിന് ശേഷം ചോദിക്കണമെന്ന് പല ആവർത്തി ഞാൻ ആലോചിച്ചു. പക്ഷേ ചോദിക്കാൻ പറ്റിയില്ല. പോകാൻ നേരം ഒരു കവർ അവൻ എനിക്ക് തന്നു.

"എന്താടാ ഇത്..?"

"എന്റെ വീടില്ലേ... അതും ആ സ്ഥലവും ഞാൻ നിന്റെ പേരിൽ എഴുതി..."

എനിക്ക് അത് പെട്ടെന്ന് വിശ്വസിക്കാൻ കഴിഞ്ഞില്ല. എന്തിന് അവൻ എന്റെ പേരിൽ എഴുതണം... ?

"അപ്പോൾ നിനക്കും ലക്ഷ്മിയമ്മയ്ക്കും... നീ എന്തൊക്കെ ആണ് ഈ കാണിക്കുന്നത്..."

"അമ്മ പോയെടാ... മൂന്നാഴ്ച ആയി. നിന്നെ അറിയിക്കാൻ ഇപ്പോഴത്തെ നമ്പർ എന്റെ കൈയ്യിൽ ഇല്ലായിരുന്നു. ചിറ്റയും നിന്നെ ബന്ധപ്പെടാൻ ശ്രമിച്ചായിരുന്നു പക്ഷേ പുതിയ നമ്പർ അവരുടെ കൈയ്യിലും ഇല്ലായിരുന്നു എന്ന് പിന്നീട് പറഞ്ഞു."

എനിക്കെന്ത് പറയണമെന്നറിയില്ലായിരുന്നു. കുറ്റബോധം കൊണ്ട് മനസ്സ് വിങ്ങിപ്പൊട്ടുന്നപോലെതോന്നി. ഞാനൊന്നും മിണ്ടാതെ നിൽക്കുന്നത് കണ്ടപ്പോൾ അവൻ തുടർന്നു.

"കഴിഞ്ഞാഴ്ച ഞാൻ ചോര ശർദ്ദിച്ചു... ആദ്യം കാര്യമാക്കിയില്ല... തുടർച്ചയായി രണ്ടുമൂന്ന് പ്രാവശ്യം ശർദ്ദിച്ചപ്പോൾ ആണ് സേവ്യർ ഡോക്ടറെ കാണിച്ചത്. വൈകി പോയി എന്നാണ് ഡോക്ടർ പറഞ്ഞത്..."

ഒന്ന് നിറുത്തിയ ശേഷം അവൻ പറഞ്ഞു :

"എന്റെ ജീവിതം ഒരു തോൽവിയായിരുന്നു അല്ലേടാ..."

അവൻ കൂടുതലൊന്നും പറഞ്ഞില്ല... യാത്ര പറഞ്ഞു പോയി. അവൻ പോകുമ്പോൾ മഴ ചെറുതായി ചാറുന്നുണ്ടായിരുന്നു. അവനിട്ടോണ്ട് വന്ന നീളൻ ഷർട്ടും മുണ്ടും അയയിൽ കിടപ്പുണ്ടായിരുന്നു.

അവൻ പോയിക്കഴിഞ്ഞപ്പോൾ ഞാൻ ആലോചിച്ചു. ശരിയാണ്. അവന്റെ ജീവിതം പരാജയമായിരുന്നു. അച്ഛൻ പോയപ്പോഴും... സ്വന്തമാക്കണമെന്ന് ആഗ്രഹിച്ച പെണ്ണ് അന്യന്റെ കുഞ്ഞിനെ പ്രസവിച്ചത് കണ്ടപ്പോഴും... ജീവന് തുല്യം സ്നേഹിച്ച അമ്മ പോയപ്പോഴും... കൂടെ കാണുമെന്ന് കണ്ട സുഹൃത്ത് ഓർമ്മകളിൽ നിന്ന് പോലും അവനെ മായിച്ചു കളഞ്ഞപ്പോഴും... ഒടുവിൽ സ്വന്തം ശരീരംപോലും... അവൻ പരാജയത്തിൽ മുങ്ങുകയായിരുന്നു.

വർഗീസ് മാപ്പിളയുടെ മകൻ സേവ്യർ ഡോക്ടർ ഉള്ളത് കൊണ്ട് ശവം പെട്ടെന്ന് തന്നെ റിലീസ് ചെയ്ത് കിട്ടി. അവന്റെ ശവശരീരം മൂന്ന് ദിവസത്തോളം വീട്ടിൽ കിടന്നിരുന്നു. എന്നെ വന്ന് കണ്ടതിന് ശേഷം അവനെ പിന്നീട് ആരും കണ്ടിരുന്നില്ല. നാട്ടിൽ ഇല്ല എന്നാണ് എല്ലാവരും കരുതിയിരുന്നത്. രോഗം അറിഞ്ഞതിൽ പിന്നെ അവൻ ആകെ തളർന്നിരുന്നു. വീടിനു വെളിയിൽ വരാതെ ഉള്ളിൽ തന്നെയിരുന്നു. അവിടുന്ന് ഇറങ്ങി നേരെ കാണാൻ വന്നത് എന്നെയായിരുന്നു. തിരിച്ചു വന്നിട്ടില്ല എന്നാണ് എല്ലാവരും കരുതിയത്. പിന്നെ ശവം ചീഞ്ഞു ദുർഗന്ധം പുറത്തേക്ക് വന്നപ്പോഴാണ് പലരും സതീശൻ വീടിന്റെ ഉള്ളിൽ ഉണ്ടായിരുന്നു എന്ന് തന്നെ അറിഞ്ഞത്. വിഷം കഴിച്ചാണ് അവൻ മരിച്ചതെന്ന് സേവ്യർ പറഞ്ഞു... അവസാനമായി തന്നെ കണ്ട് പോയപ്പോൾ തന്നെ അവൻ മരണം ഉറപ്പിച്ചിരുന്നിരിക്കണം. ജീവിതത്തിൽ തന്റെ ശരീരത്തോടെങ്കിലും ജയിക്കാൻ അവൻ ആഗ്രഹിച്ചിരുന്നിരിക്കണം.

അധികം താമസിപ്പിച്ചില്ല... ശവം ഉടൻതന്നെ സംസ്കരിച്ചു. വീടിന്റെ തെക്കേ ഭാഗത്തായിട്ട് അവന്റെ അച്ഛന്റെയും അമ്മയുടെയും അടുത്തുതന്നെ അവനെയും സംസ്കരിച്ചു. സംസ്കാരം എല്ലാം കഴിഞ്ഞപ്പോൾ നേരം നല്ലപോലെ ഇരുട്ടിയിരുന്നു. രാത്രിയിൽ വാഹനം ഓടിക്കാൻ പ്രയാസമായതിനാൽ അന്ന് അവിടെ എവിടെയെങ്കിലും താമസിച്ചിട്ട് രാവിലെ പോകാമെന്ന് സുമിത്ര പറഞ്ഞു.

“ഇല്ല രാത്രി തന്നെ പോകണം...”

തിരികെ പോകാൻ ഞാൻ ഉറപ്പിച്ചിരുന്നു. തുറന്നു കിടന്ന വീടിന്റെ വാതിൽ അടച്ചു ഞാൻ ഇറങ്ങാൻ നേരം അകത്ത് അവന്റെ മുറിയിൽ അന്ന് വന്നപ്പോൾ ഇട്ടു കൊണ്ടു പോയ എന്റെ ഷർട്ടും മുണ്ടും കിടക്കുന്നത് ഞാൻ കണ്ടു. വാതിൽ അടച്ചു താഴിട്ട് ഞാൻ തിരികെ യാത്ര തിരിച്ചു.

തെക്കു ഭാഗത്തു നിന്ന് അപ്പോഴും തീ ഉയരുന്നുണ്ടായിരുന്നോ..?

ഞാൻ

ഞാൻ!

ഞാൻ ഈ ഇരുപ്പ് ഇരിക്കാൻ തുടങ്ങിയിട്ട് നേരം കുറെ ആയിരിക്കുന്നെന്ന് എനിക്ക് തന്നെ അറിയാം. തുറന്നിട്ട ജനാലക്ക് അപ്പുറത്തെ വീശിയടിക്കുന്ന കാറ്റിനെയും തിമിർത്തു പെയ്യുന്ന മഴയെയും നോക്കി ഇരിക്കുമ്പോൾ മനസ്സ് സന്തോഷിക്കുമെന്നും മനസ്സ് ശാന്തമാകുമെന്നൊക്കെ ഞാൻ കേട്ടിട്ടുണ്ട്. പക്ഷേ, ഞാൻ സന്തുഷ്ടനല്ല. ഇന്ന് അല്ല, കുറച്ചു നാളായി ഞാനിങ്ങനെ ആയിട്ട്. മുമ്പൊന്നും എനിക്ക് ഇത്രേം പ്രശ്നം ഉണ്ടായിരുന്നില്ല. കഴിഞ്ഞ കുറച്ചു നാളായിട്ടാണ് ഞാൻ ഇന്ന് കാണുന്ന ഈ അവസ്ഥയിലായത്.

എന്താണ് എന്റെ അവസ്ഥ എന്നല്ലേ?

പറഞ്ഞു തരാം.

അതിന് മുമ്പ് ഞാൻ ആരാണെന്ന് അറിയണ്ടേ?

അല്ലേലും ഞാൻ ആരാണെന്ന് അറിയാൻ ആർക്കാണ് താല്പര്യം. എനിക്കെന്ത് സംഭവിച്ചുവെന്ന് അറിയണം.അതിനല്ലേ വിലയൊള്ളു... വ്യക്തി ആരുമാകട്ടെ, അവന്റെ ജീവിതത്തിൽ പറ്റിയ ഓരോ കാര്യങ്ങളും അറിയണം... മറ്റൊരുത്തന്റെ വിവരങ്ങൾ അറിഞ്ഞു വിശപ്പടക്കണം.

അതുകൊണ്ട് ഞാൻ കൂടുതൽ ഒന്നും പറയാതെ എന്റെ ഈ അവസ്ഥക്ക് എന്താണ് കാരണം എന്നുള്ളത് പറയാം..

രണ്ട് മാസങ്ങൾക്ക് മുമ്പാണ്. ഞാനൊഴികെ ആരുമില്ലാതെ ഉറക്കം തൂങ്ങി നിൽക്കുന്ന വീട്... ഇതുപോലൊരു നാലുമണി സമയം... ഞാൻ ഇങ്ങനെ മുകളിലത്തെ ഈ മുറിയിൽ ഇരുന്ന് തുറന്നിട്ട ജനാലയിലൂടെ പുറത്തേക്ക് നോക്കി അങ്ങനെ ഇരിക്കുകയാ

യിരുന്നു. അപ്പോഴാണ് പെട്ടെന്ന് എന്റെ ഫോണിൽ ഒരു കോൾ വന്നത്... ആദ്യം ഞാൻ എടുക്കാൻ മുതിർന്നില്ല... അങ്ങനെ വിളിച്ചന്വേഷിക്കാനും, എന്റെ സുഖങ്ങൾ അറിഞ്ഞു ദുഖിക്കാനും, വിഷമങ്ങൾ കേട്ട് സന്തോഷിക്കാനും ബന്ധുക്കൾ ആരുമില്ല..

പറഞ്ഞതിൽ പിശക് പറ്റിയോ എന്നാണോ ആലോചിക്കുന്നത്... ഇല്ല... അത് അങ്ങനെ തന്നെ കിടക്കട്ടെ..

പക്ഷേ, പിന്നെ ആരാണ് ഈ സമയം വിളിക്കുന്നത്... രണ്ടാമതും ഫോൺ റിങ് ചെയ്തപ്പോൾ ഞാൻ പോയി എടുത്തു.

“ആരാ ഇത്?”

നമ്പർ സേവ് ചെയ്യാനോ മനസ്സിൽ ഓർത്ത് വെയ്ക്കാനോ ഞാൻ ശ്രമിക്കാറില്ല.

“അലക്സ് മരിച്ചു... ഇന്ന് ഉച്ചക്ക്...”

ഇത്രേം പറഞ്ഞു മറുവശത്തെ സ്ത്രീശബ്ദത്തിന്റെ ഉടമ ഫോൺ വെച്ചു.

ഞാൻ ഒരു നിമിഷം അങ്ങനെ അങ്ങ് നിന്നുപോയി... പറന്ന് വന്ന ഒരു പ്രാവ് തുറന്ന് കിടന്ന ജനാലയുടെ കതകിൽ തട്ടി ശബ്ദം ഉണ്ടാക്കിയപ്പോൾ ആണ് ഞാൻ സ്വബോധത്തിലേക്ക് മടങ്ങി വന്നത്.

അലക്സ് മരിച്ചു.

അലക്സ് ആരാണെന്നല്ലേ ആലോചിക്കുന്നത്. അലക്സ് എനിക്ക് ആകെയുള്ള ഒരേയൊരു കൂട്ടുകാരൻ. ഒരു ആളുപോലും തിരിഞ്ഞു നോക്കാത്ത ഈ വീട്ടിലേക്ക് ഇടയ്ക്കിടക്ക് ഇരമ്പിയ കാർ ശബ്ദവുമായി കടന്നു വരാറുണ്ടായിരുന്ന ഏക മനുഷ്യൻ... അവൻ പോയി..

ഞാൻ അധികം വൈകാതെ തന്നെ അവന്റെ വീട്ടിലേക്ക് യാത്ര തിരിച്ചു. ഇരുവശവും മരങ്ങളും ചെടികളും പടർന്നു പിടിച്ച തകർന്ന റോഡിൽ കൂടെ വണ്ടിയോടിച്ചു പോകുമ്പോൾ ഞാൻ അവനെ കുറിച്ച് മാത്രം ആയിരുന്നു ആലോചിച്ചിരുന്നത്..

കോളേജിൽ പഠിക്കുന്ന കാലം മുതലേ ഞങ്ങൾ ഒന്നിച്ചുണ്ടായിരുന്നു... അന്ന് തൊട്ടേ എല്ലായിടങ്ങളിലും എന്നെ തോല്പിക്കാൻ അവന് പ്രത്യേക ഉത്സാഹമായിരുന്നു... ഒന്നിച്ചുള്ള നടത്തത്തിൽ പോലും അവൻ ഒരടി എന്നേക്കാൾ മുന്നേ കയറ്റി വെക്കും. ഇപ്പോൾ മരണത്തിലും അവൻ ഒരുപിടി മുന്നിൽ... അവിടെയും എനിക്ക് അവനെ തോൽപ്പിക്കാൻ സാധിച്ചില്ല.

അത് തന്നെ. ഒരു വേളയെങ്കിലും അവനെയൊന്ന് തോല്പ്പിക്കണം... ഏതേലും ഒരുകാര്യത്തിൽ അവനെക്കാൾ മുന്നിൽ നിൽക്കണം എന്നൊരു ആഗ്രഹം എനിക്ക് എന്നും ഉണ്ടായിരുന്നു. പക്ഷേ...

പ്രധാന റോഡിൽ വണ്ടി കേറിയപ്പോൾ ഓടിക്കാൻ ആദ്യമുണ്ടായിരുന്ന ബുദ്ധിമുട്ട് മാറി. അതുകൊണ്ടുതന്നെ ഞാൻ വണ്ടിയുടെ വേഗത കൂട്ടി. എത്രയും പെട്ടെന്ന് അവന്റെ വീട്ടിൽ ചെല്ലണം... ഇരുവശംനിന്നിരുന്ന മരങ്ങളിലെ ശിഖരങ്ങൾ കാറ്റേറ്റ് ആടി കളിച്ചുകൊണ്ടിരുന്നു..

അലക്സിന്റെ വീട്ടിലേക്ക് വണ്ടി കയറുമ്പോൾ മഴ ചെറുതായി ചാറുന്നുണ്ടായിരുന്നു. നിങ്ങൾ കരുതും പോലെ സ്ഥിരം മരണ വീട്ടിൽ കാണുന്ന കാഴ്ചകളിൽ പലതും ഞാൻ അവിടെ കണ്ടില്ല... വീടിന്റെ മുറ്റത്ത് മതിലിലേക്ക് പടർന്നു കയറി കിടക്കുന്ന വള്ളിയും ചെടികളും, എണ്ണയിട്ട് വെക്കാത്തത് കൊണ്ട് തുരുമ്പ് കയറി ശബ്ദം ഉണ്ടാകുന്ന പഴയ ഗേറ്റും, എന്റെ വീടിനെ തന്നെ ഓർമ്മിപ്പിക്കുന്നു...

അവന്റെ കാറിന്റെ പുറകിലായി ഞാൻ എന്റെ വണ്ടി കൊണ്ട് വെച്ചു. പുറത്ത് നിന്ന് ഞാനൊന്ന് അകത്തേക്ക് നോക്കി. അകത്തെ ഹാളിൽ അവൻ നല്ല ഭംഗിയായി കിടക്കുന്നു. ആ എന്താരസം കാണാൻ... കിടക്കുന്നതിൽ പോലും അവന്റെ അത്രേം ഭംഗി എനിക്കില്ലല്ലോ..

നിങ്ങൾ ഇപ്പോൾ വിചാരിക്കുകയായിരിക്കും ഇയാൾ ഇത് എന്ത് മനുഷ്യനാണെന്ന് അല്ലേ... എനിക്കും അറിയാം ഇതൊരു മരണ വീടാണെന്നും ഇവിടെ ചില മര്യാദകൾ കാണിക്കണമെന്നും. പക്ഷേ, എന്ത് ചെയ്യാൻ പറ്റും. ശരീരത്തെ നമ്മൾക്കു പിടിച്ചു നിറുത്താം പക്ഷേ മനസ്സ് അങ്ങനെയാണോ. അതിങ്ങനെ നമ്മൾ കെട്ടിവെച്ചിരിക്കുന്ന അതിരുകൾ ഭേദിച്ചു ഒരു പോക്ക് പോകുകയല്ലേ. പിടിച്ചു നിറുത്താൻ നമ്മളെപ്പോലെ സാധാരണ മനുഷ്യർക്ക് പറ്റുമോ? ആക്രമിക്കാൻ വരുന്ന എതിരാളിയെ കണ്ണ് കൊണ്ട് തടഞ്ഞു നിറുത്താം... കായികമായി എതിർക്കാം. പക്ഷേ, മനസ്സിനെ പിടിച്ചു നിറുത്താൻ സാധിക്കില്ല... അതുകൊണ്ട് അതിനെ അതിന്റെ വഴിക്ക് അങ്ങ് വിട്ടേക്കാം..

ഹാളിൽക്കയറി എന്റെ കണ്ണ് നോക്കിയത് അവന്റെ ശരീരത്തിലേക്കാണെങ്കിലും മനസ്സ് പോയത് ഹാളിന്റെ നടുക്ക് റോസ്‌ലിയു

മായി ചേർന്നിരിക്കുന്ന അവന്റെ ചിത്രത്തിലേക്കാണ്.

റോസ്‌ലിയെ പരിചയപ്പെടുത്തിയില്ല അല്ലേ... വിട്ട് പോയി... അല്ല ഇപ്പോഴാണ് അതിന് സന്ദർഭം ഉണ്ടായത്... റോസ്‌ലി. അലക്സിന്റെ ഭാര്യ. എന്റെ കൂട്ടുകാരി... കോളേജിൽ ഞങ്ങൾക്ക് ഒപ്പം ഉണ്ടായിരുന്നവൾ... എന്റെ ഏറ്റവും വലിയ പരാജയം..

ക്ഷമിക്കണം ഈ വേളയിൽ പറയാൻ പാടുണ്ടോ എന്ന് അറിയില്ല. എനിക്കവളെ വലിയ ഇഷ്ടമായിരുന്നു... കോളേജ് വരാന്തയിലൂടെ അവൾ നടന്ന് വരുമ്പോൾ അലക്സിനെക്കാൾ ഭംഗിയായി അവളെ നോക്കിയത് ഞാനായിരുന്നു... അലക്സിനെക്കാൾ സ്നേഹത്തോടെ അവളെ തലോടിയതും ഞാൻ തന്നെ... അലക്സിനെക്കാൾ ആത്മാർത്ഥമായി അവളെ പ്രേമിച്ചതും ഞാൻ തന്നെ... പക്ഷേ, അവൾ ചുമരിൽ തൂക്കാനുള്ള ചിത്രത്തിൽ ചേർന്നിരുന്നത് അവനോടൊപ്പം...

പിന്നെ ആ ചിത്രത്തിന് വേറൊരു പ്രത്യേകത കൂടെയുണ്ട് കേട്ടോ. അത് അലക്സ് വരച്ച ചിത്രമായിരുന്നു... അലക്സ് നന്നായി ചിത്രം വരക്കും. പടികൾ കയറി മുകളിലേക്ക് ചെന്ന് വലതു ഭാഗത്തെ മുറി തുറന്നാൽ അവൻ വരച്ചിരിക്കുന്ന ചിത്രങ്ങൾ കാണാം... അവൻ വരച്ചതിൽ കൂടുതലും റോസ്‌ലിയുടെ ചിത്രങ്ങൾ ആയിരുന്നു. അലക്സ്ന്റെ ചിത്രങ്ങളിൽ റോസ്‌ലി കൂടുതൽ ഭംഗിയായി കാണപ്പെട്ടു. അവളുടെ ശരീരവടിവും സൗന്ദര്യവും ആ പെയിന്റിംഗുകളിൽ തെളിഞ്ഞു നിന്നു... അതിൽ ചുമരിന്റെ മൂലയ്ക്ക് ഇരിക്കുന്ന ഒരു പെയിന്റിംഗ് ഉണ്ട്. അതിൽ മാത്രം ഞാൻ നോക്കില്ല... അതവൻ കോളേജിൽ വെച്ച് വരച്ചതാണ്. പടർന്നു നിൽക്കുന്ന മരത്തിന്റെ അടിയിൽ ശിഖരങ്ങളിൽ നിന്ന് വീഴുന്ന മഴത്തുള്ളികൾ ഏൽക്കുന്ന റോസ്‌ലിയുടെ മുഖം... ആ പെയിന്റിംഗ് ആണ് റോസ്‌ലിയുടെ മനസ്സിൽ അലക്സിനെ പ്രതിഷ്ടിച്ചത്. നിങ്ങൾക്കൊരു കാര്യം അറിയാമോ? ഞാനും വരയ്ക്കാറുണ്ട്... എന്റെ വീടിന്റെ ചുമരിലും ഞാൻ വരച്ച ചിത്രങ്ങൾ ഇരിപ്പുണ്ട്. പക്ഷേ അതിൽ റോസ്‌ലിയില്ല... ഞാനില്ല... ആരുമില്ല... പന്തയത്തിൽ മത്സരിച്ചു കുതിക്കുന്ന രണ്ട് കുതിരകൾ മാത്രം... വേറൊന്നും എനിക്ക് വരയ്ക്കാൻ ആകുന്നില്ല..

എന്താണോ കാരണം?

ആർക്കറിയാം!

ഞാൻ അവരുടെ ഹാളിൽ തൂക്കിയിരിക്കുന്ന ചിത്രം നോക്കി

നിൽക്കുന്നത് കണ്ടാകും ഒരു വൃദ്ധൻ എന്നോട് വന്നു ചോദിച്ചു.

"ചിത്രത്തിൽ കണ്ടിട്ട് മരിച്ചു എന്ന് വിശ്വസിക്കാൻ പറ്റുന്നില്ല അല്ലേ... എന്ത് ജീവനുള്ള ചിത്രം... വിഷമിച്ചിട്ടു കാര്യമില്ല... എല്ലാം നേരത്തെ നിശ്ചയിച്ചു കഴിഞ്ഞിരിക്കുന്നു"

"അതേ... പക്ഷേ ഈ വേദന അങ്ങോട്ട് താങ്ങാൻ പറ്റുന്നില്ല..."

അയാളോട് അങ്ങനെ പറഞ്ഞെങ്കിലും ഞാൻ ആലോചിക്കുകയായിരുന്നു. ശരിക്കും എനിക്ക് വിഷമം ഉണ്ടോ?

വേദനയുണ്ടോ?

അവന്റെ മരണത്തിൽ എനിക്ക് ഒരു വിഷമവും ഇല്ല... അതെനിക്ക് അറിയാം. പക്ഷേ പുറമെ കാണിക്കാൻ പറ്റുമോ..? ആളുകളോട് അങ്ങനെ പറയാൻ പറ്റുമോ..? പിന്നെ വിഷമമുണ്ടോ എന്ന് ചോദിച്ചാൽ ഉണ്ട്... അവനെ തോൽപ്പിക്കാൻ ഒരു മാർഗവും കിട്ടാത്തതിലുള്ള വിഷമം ഉണ്ട്... അതും പേറി മരണം മണക്കുന്ന ആ മുറിയിൽ ഞാൻ ആലോചനയോടെ അലക്സിനെ നോക്കി നിന്നു. ആളുകൾക്ക് കാണാൻ എന്റെ മുഖം ദുഖത്തിന്റെ നിഴലുകൾ വീഴ്ത്തി... എന്റെയുള്ളിൽ മനസ്സ് റോസ്‌ലിയുടെ ചിത്രം വരച്ചുകൊണ്ടിരുന്നു...

കറുപ്പ് വീണ് തുടങ്ങിയ ആകാശം പള്ളി സെമിത്തേരിക്ക് ഒരു ഭീകര മുഖം കൊടുത്തു. ചുറ്റും കെട്ടി വെച്ചിരിക്കുന്ന കല്ലറകളിൽ കൂടുതലും പുല്ലുകൾ കയറി മൂടി തുടങ്ങിയിരുന്നു... ചിലതിൽ മാത്രം ആരോ പൂക്കൾ വിതറിയിട്ടുണ്ട്... അലക്സിന്റെ കുഴിമാടം അവനായി കാത്തു കിടക്കുന്നു..

അവനെ പുൽകാൻ...

അവനെ സ്വീകരിക്കാൻ...

അന്ത്യ ചുംബനം കൊടുക്കുന്ന വേളയിൽ ഞാൻ ശ്രദ്ധിക്കുന്നുണ്ടായിരുന്നു... വളരെ ചുരുക്കം ആളുകൾ മാത്രമേ അത് ചെയ്യാൻ ഉണ്ടായിരുന്നുള്ളു. പക്ഷേ അവരിൽ പോലും ഒരു ആത്മാർത്ഥത എനിക്ക് കാണാൻ കഴിഞ്ഞില്ല... എനിക്ക് അതില്ലെങ്കിലും കൂടിയവരിൽ ആർക്കൊക്കെ അവനോടു ആത്മാർത്ഥത ഉണ്ടെന്ന് ഒന്ന് അറിയണം എന്ന് തോന്നിയതിൽ തെറ്റുണ്ടെങ്കിൽ ക്ഷമിക്കണം..

അന്ത്യ ചുംബനവും നൽകി അവന്റെ കുഴിമാടത്തിൽ മണ്ണും ഇട്ട് ഞാൻ റോസ്‌ലിയുടെ അരികിൽ നിന്നു... ആദ്യവസാനം വരെയുള്ള എന്റെ ഇടപെടലും സാന്നിധ്യവും കണ്ടാകും അവിടെ കൂടിയവർ തമ്മിൽ പറയുന്നത് ഞാൻ കേട്ടു.

“കോളേജ് മുതലേ ഒപ്പം ഉണ്ടായിരുന്ന അവന്റെ കൂട്ടുകാരനാ... അവന്റെ സ്നേഹം കണ്ടോ...”

“ഇക്കാലത്തും ഇത്രേം ആത്മാർത്ഥതയുള്ളവരുണ്ടല്ലോ... ഇതൊക്കെയേ ബന്ധത്തിന്റെ വില.”

“സ്വന്തം മാതാപിതാക്കളെ പോലും നോക്കാത്തവർ ഉള്ള ലോകത്ത് ഈ സൗഹൃദബന്ധം കണ്ടു പഠിക്കേണ്ടത് തന്നെയാണ്”

ഓരോരുത്തരുടെ അഭിപ്രായങ്ങൾ ഇങ്ങനെ മുഴങ്ങി കൊണ്ടേ ഇരുന്നു... അവരെ കുറ്റം പറയാൻ പറ്റില്ല... കാരണം അവരുടെ കണ്ണിൽ രണ്ടു ഉറ്റ കൂട്ടുകാർ. കോളേജ് മുതലേ ഒന്നിച്ചു ജീവിക്കുന്നവർ... എന്നും തമ്മിൽ കാണുന്നവർ... ഒരാൾ കുടുംബസമേതം അവന്റെ വീട്ടിൽ... അല്ലേൽ മറ്റയാൾ ഇവരുടെ വീട്ടിൽ... എന്ത് സന്തോഷം ഉണ്ടായാലും ഒന്നിച്ചു ആഘോഷിക്കും... എന്ത് ദുഃഖം ഉണ്ടായാലും ഒന്നിച്ചു വിലപിക്കും... ഇതൊക്കെയാണ് മറ്റുള്ളവർ കാണുന്നത്. അപ്പോൾ അവരങ്ങനെ പറഞ്ഞതിൽ അത്ഭുതപെടാനില്ല...പക്ഷേ അപ്പോഴെല്ലാം ഒരു പരാജിതന്റെ മുഖവുമായി നിൽക്കുന്ന എന്നെ അവർ കണ്ടിട്ടുണ്ടോ? എത്ര സുന്ദര നിമിഷങ്ങളിലും ഉള്ള് തുറന്ന് ചിരിക്കാൻ കഴിയാത്ത എന്റെ നിസ്സഹായവസ്ഥ അവർ കണ്ടിട്ടുണ്ടോ? ഒരു വട്ടമെങ്കിലും ജയിക്കാനായി വിതുമ്പുന്ന മനസ്സിന്റെ നൊമ്പരം കേൾക്കാറുണ്ടോ?

ഇല്ല. കേട്ടിരുന്നെങ്കിൽ അവർ ഇങ്ങനെ പറയില്ലായിരുന്നു..

റോസ്‌ലിയെ ഞാൻ പിന്നീട് കണ്ടതേയില്ല... മരിപ്പിന്റെയന്ന് അങ്ങനെയൊരു ആഗ്രഹം പെട്ടെന്ന് മനസിലേക്ക് കയറി... നിങ്ങൾ ഒന്ന് ആലോചിച്ചു നോക്കു. ഞാൻ അങ്ങനെ ചെയ്യുന്നതിൽ തെറ്റുണ്ടെന്ന് നിങ്ങൾക്ക് തോന്നുന്നുണ്ടോ? അല്ല, അങ്ങനെ തോന്നിയാൽ തന്നെയും ആരാണ് ഇവിടെ ശരിയും തെറ്റും ഒക്കെ നോക്കി ഓരോന്ന് ചെയ്യുന്നത്. ഞാൻ ചെയ്യുന്നത് ആണ് എന്റെ ശരി..

അടക്ക് കഴിഞ്ഞു നാലാം പക്കം ഞാൻ റോസ്‌ലിയുടെ വീട്ടിൽ പോയി. അലക്സ് ഇല്ലാത്ത സ്ഥിതിക്ക് അങ്ങനെ പരാമർശിക്കുന്നതിൽ തെറ്റില്ലെന്ന് വിശ്വസിക്കുന്നു... റോസ്‌ലി വീട്ടിൽ തന്നെയുണ്ടായിരുന്നു... ഒരുപാട് നേരം അവൾക്കൊപ്പം ഞാനിരുന്നു. സംസാരിച്ചു. കൂടുതലും പഴയകാല ഓർമ്മകളാണ് പറഞ്ഞുകൊണ്ടിരുന്നത്... കോളേജിലെ ഓർമ്മകൾ... അവയിൽ അലക്സ് കടന്ന് വരാതിരിക്കാൻ ഞാൻ പരമാവധി ശ്രമിച്ചിരുന്നു...

“എപ്പോഴും ഇങ്ങനെ വീട്ടിൽത്തന്നെ കുത്തി ഇരിക്കാതെ ഇടയ്ക്കൊക്കെ പുറത്തേക്ക് ഇറങ്ങണം... എന്റെ വീടിന്റെ ഗേറ്റ് ഇപ്പോഴും ഞാൻ അടയ്ക്കാറില്ല...”

ശരിക്കും ഞാൻ എന്തിനാണ് അങ്ങനെ പറഞ്ഞത്. എനിക്ക് തന്നെ അറിയില്ല... അവൾ എന്റെ വീട്ടിലേക്ക് വരണം എന്ന് ഞാൻ ആഗ്രഹിച്ചിരുന്നു... എന്റെ മനസ്സ് അങ്ങനെ പറഞ്ഞിരുന്നു..

എന്നെ യാത്ര അയക്കാൻ വീടിന്റ മുൻവശംവരെ അവൾ എന്നെ അനുഗമിച്ചിരുന്നു... ഞാൻ യാത്ര പറഞ്ഞപ്പോഴോ വണ്ടിയിൽ കയറിയപ്പോഴോ ഒന്നും അവൾ എനിക്ക് ഒരു മറുപടി തന്നില്ല... വെറുതെ നിന്നതല്ലാതെ ഒന്നും മിണ്ടിയില്ല..

നിങ്ങൾ കരുതുന്നുണ്ടാകും ഞാൻ തോറ്റുപോയെന്നല്ലേ... ആദ്യം ഞാനും അങ്ങനെ വിചാരിച്ചു... ആ ഒരു ദിവസം വരെ... അന്നൊരു സന്ധ്യനേരം അലക്സിന്റെ കല്ലറയിൽ പോകാൻ അവൾ എന്നെയും കൂട്ടിയിരുന്നു... സെമിത്തേരിയിലെ അലക്സിന്റെ കല്ലറയിൽ നിൽക്കെ അവൾ എന്റെ കൈയിൽ കടന്നു പിടിച്ചു... എന്റെ കൈപ്പത്തി അവളുടെ മൃദുലമായ കൈപ്പത്തിയോട് ചേർത്തു വെച്ചു... നിങ്ങളെ പോലെ തന്നെ എനിക്കും അത് പെട്ടെന്ന് മനസിലാക്കാൻ കഴിഞ്ഞില്ല... ഞാൻ അങ്ങനെ തരിച്ചങ്ങു നിന്നു... ആത്മാക്കളുടെ ഇടയിൽ വെച്ചെന്റെ ആദ്യ വിജയം ഞാൻ മനസ്സിൽ കണ്ടു...

“അലക്സ്, സുഹൃത്തേ, ഒരുവട്ടം നിന്റെ മുന്നിൽ വിനീതനായ ഈ ഞാൻ വിജയിക്കാൻ പോകുന്നു... നിന്റെ മാത്രമായിരുന്ന ഹൃദയം ഞാൻ എടുക്കുന്നു...”

എന്റെ മനസ്സിൽ വേറൊരു വാചകമോ ചിന്തയോ തെളിഞ്ഞില്ല... ഒരു പ്രാർത്ഥനപോലെ ഈ വാക്കുകൾ മാത്രം... കല്ലറയിൽ ഉറങ്ങുന്ന ആത്മാക്കൾ എന്റെ വാക്കുകൾ കേട്ടു... അലക്സ്, നീയും അത് കേട്ടു.

ആ രാത്രിയിൽ റോസ്‌ലി എന്റെ വീട്ടിലേക്ക് വന്നു... പന്തയത്തിൽ കുതിക്കുന്ന കുതിരകൾക്ക് മുന്നിൽ അവൾ എന്റെകൂടെ ഇരുന്നു... ശയിച്ചു... ഈയലുകൾ വട്ടം ചുറ്റിയ ആ രാത്രിയിൽ വിജയത്തിലേക്ക് കുതിക്കുന്ന കുതിരയുടെ കുളമ്പടി ശബ്ദം എന്റെ കാതിൽ അലയടിച്ചു കൊണ്ടിരുന്നു...

തീർന്നില്ല...

ഇത്രേം കേട്ടപ്പോൾ നിങ്ങൾക്ക് തോന്നിക്കാണും, ഇതിൽ

ഞാൻ എന്തുകൊണ്ട് സന്തോഷിക്കാതിരിക്കണം...?

എന്നാൽ ഇതുംകൂടെ കേട്ടിട്ട് നിങ്ങൾ പോകൂ..

രണ്ടാഴ്ച്ചക്ക് മുമ്പ് ഒരു ദിവസം. ഞാൻ കഥപറയാൻ ഇരുന്ന പോലെ ഇതേ വീട്ടിലെ ഇതേ മുറിയിൽ... തുറന്നിട്ട ജനാലകളിലൂടെ കാറ്റ് ഉള്ളിലേക്ക് കയറി വന്ന നാലുമണി നേരത്തിൽ... എന്റെ അരികിലിരുന്ന റോസ് ലിയോട് വെറുതെ ഒരു കൗതുകത്തിന് ഞാനൊരു ചോദ്യം ചോദിച്ചു..

"നീ ഇപ്പോഴും അലക്സിനെ ഓർക്കുന്നുണ്ടോ?"

നീണ്ട നിശബ്ദതയ്ക്ക് ശേഷം അവൾ എന്നോട് പറഞ്ഞു:

"നീയുമായി ഇരിക്കുന്ന ഓരോ നിമിഷവും ഞാനവനെ ഓർക്കും."

ഒരു തീമഴ പെയ്യുന്നപോലെയായിരുന്നു എന്റെയുള്ളിൽ... അടക്കി നിർത്താൻ നോക്കിയിട്ടും എന്റെ മനസ്സ് അതിന് അനുവദിച്ചില്ല... ഉള്ളിൽ നിന്നാരോ വാക്കുകൾ പുറത്തേക്ക് തള്ളി വിട്ടു.

"റോസ്‌ലി... നീ എന്നെ എങ്ങനെ കണ്ടു എന്ന് എനിക്ക് അറിയില്ല... നീ ഇപ്പോൾ പറഞ്ഞത് എന്റെ മനസ്സിനെ വിഷമിപ്പിച്ചു എന്നത് സത്യം തന്നെയാണ്. പക്ഷേ, നിന്നോടെനിക്ക് പരിഭവമില്ല... കാരണം എന്റെ വിജയത്തിനുള്ള കാരണം നീയായിരുന്നു... നിന്നിലൂടെയാണ് ഞാൻ ജീവിതത്തിൽ വിജയിച്ചത്... എന്റെ മത്സരത്തിൽ ഒരിക്കലെങ്കിലും ഞാൻ മുന്നിൽ വന്നത്... അലക്സിന്റെ കല്ലറയ്ക്ക് മുന്നിൽ നിന്ന് നീ എന്റെ കൈപിടിച്ച നേരമാണ് ഞാൻ ആദ്യമായി വിജയത്തിന്റെ രുചി അറിഞ്ഞത്... ആ നിനക്ക് അവനെ ഇനി മനസ്സിൽ വെക്കാൻ സാധിക്കില്ല."

നിങ്ങളിത് കേൾക്കണം... ഞാനിത് പറഞ്ഞപ്പോൾ അവൾപൊട്ടിത്തെറിക്കുമെന്നോ അല്ലെങ്കിൽ എന്റെ നേരെ ചീറി അടുക്കുമെന്നൊക്കെയാണ് ഞാൻ വിചാരിച്ചത്. അതെല്ലാം നേരിടാനായി ഞാൻ തയ്യാറുമായിരുന്നു... പക്ഷേ സംഭവിച്ചത് മറ്റൊന്നാണ്...

അവൾ ഒന്നും മിണ്ടാതെ ഒരു പ്രതിഷേധവും കാണിക്കാതെ എന്നെ നോക്കി ചിരിച്ചു കൊണ്ടങ്ങനെ ഇരുന്നു... അൽപനേരം കഴിഞ്ഞപ്പോൾ അകത്തെ മുറിയിൽ നിന്ന് ഒരു ഡയറി എന്നെ കൊണ്ട് ഏൽപ്പിച്ചു. ഒന്നും പറയാതെ അവൾ താഴേക്ക് പോയി..

ആ ഡയറിയിൽ എന്തായിരുന്നു എന്നല്ലേ ആലോചിക്കുന്നത്... നിങ്ങൾ ഇത്രനേരം അറിയാൻ ആഗ്രഹിച്ച എന്റെ ഇന്ന് കാണുന്ന ഈ അവസ്ഥക്കുള്ള കാരണമായിരുന്നു ആ ഡയറിയിൽ..

ഇതാ ഇത്രമാത്രം..
നിങ്ങൾ വായിച്ചു കൊള്ളുക..

"എന്റെ റോസ്‌ലിക്ക്,

നിന്നെ ഞാൻ ഏറെ സ്നേഹിക്കുന്നു... നിന്നെ സ്നേഹിച്ച അത്രയും ഞാൻ ഈ ലോകത്ത് മറ്റാരെയും സ്നേഹിച്ചിരുന്നില്ല... നിന്റെ കൂടെയുള്ള നിമിഷങ്ങൾ എനിക്ക് പ്രിയപ്പെട്ടതായിരുന്നു... നിന്റെ ചിരി എനിക്ക് സ്വർഗമായിരുന്നു... ആ ചിരി കാണാൻ എന്നും ഞാൻ അതിയായി കൊതിച്ചിരുന്നു... അത് കാണുമ്പോൾ എല്ലാം ഞാൻ മനസ്സ് നിറയെ സന്തോഷിച്ചിരുന്നു... നീ അരികിൽ ഉള്ളതുകൊണ്ട് മക്കൾ ഇല്ലാത്തത് പോലും എന്നെ വിഷമിപ്പിച്ചിരുന്നില്ല... പക്ഷേ അധികനാൾ എനിക്ക് നിന്നെ ഇനി കാണാൻ സാധിച്ചെന്നു വരില്ല... മരണം ഏത് നിമിഷവും എന്നെ പിടികൂടാം... ഒരു ഉറക്കത്തിൽ നിന്നു പിന്നീട് ഒരിക്കലും ഞാൻ ഉണരാതെ ഇരിക്കാം... അതിന് മുമ്പായി ഞാൻ നിന്നോട് പറയുന്നു... പെട്ടെന്നൊരിക്കൽ ഞാൻ പോയാലും നീ തനിച്ചാകരുത്... നിനക്കൊരു കൂട്ട് വേണം... നമ്മളുടെ അടുത്ത് സുഹൃത്താണ് അവൻ... നീ ഒറ്റയ്ക്ക് ആകുന്ന സമയം നീ അവന്റെ കൂടെ നിൽക്കണം... നീ ഒറ്റയ്ക്ക് ഇരിക്കുന്നത്, നിന്റെ മുഖം വാടുന്നത്, നിന്റെ ചിരി മങ്ങുന്നത് എനിക്ക് വിഷമം ഉണ്ടാകുന്ന കാര്യങ്ങളാണ്... എന്നെ മനസ്സിൽ കണ്ട് നീ ഇത് അനുസ്സരിക്കണം..."

- അലക്സ്"

ഡയറി വായിച്ചു തീർന്നപ്പോൾ താഴെ ഒരു കാർ ഇരമ്പി പുറത്തേക്ക് പോകുന്ന ശബ്ദം ഞാൻ കേട്ടു... പതിയെ ആ ശബ്ദം കുറഞ്ഞു കുറഞ്ഞു ഇല്ലാതെയായി... കാറിന്റെ ശബ്ദം പോയി മറഞ്ഞപോലെ എന്റെ മുഖത്തെ ചിരിയും പതിയെ മാഞ്ഞു പോയി...

അതിന് ശേഷം എനിക്ക് സന്തോഷിക്കാൻ സാധിച്ചിട്ടില്ല... റോസ്‌ലി, എന്റെ ഏറ്റവും വലിയ പരാജയം... എന്റെ മനസ്സിൽ ഇനിയൊരു മത്സരത്തിനെക്കുറിച്ചുള്ള ചിന്തകൾ ഉണ്ടാകുന്നില്ല... പകരം ഒരു ചിത്രം മാത്രം... പന്തയത്തിൽ മത്സരിച്ചു കുതിക്കുന്ന രണ്ടു കുതിരകൾ...

അതിൽ മുന്നിൽ പായുന്ന കുതിരക്ക് അലക്സിന്റെ രൂപമാണോ?

പിന്നിൽ പിറകിലേക്ക് നീങ്ങി പോകുന്ന കുതിരക്ക് എന്റെ രൂപമാണോ?

ആർക്കറിയാം!

അല്ല ഒരു കാര്യം..

ഞാൻ ആരാണെന്ന് അറിയണ്ടേ?

ഞാൻ നിങ്ങൾ തന്നെയാണോ?

ഞാൻ....

ഇരുട്ടിലൊരു അന്വേഷണം

ഉറക്കത്തിൽ നിന്ന് ഞെട്ടി ഉണർന്ന ഉടനെ കൈ കൊണ്ട് കഴുത്തിനു ചുറ്റും തടവി നോക്കി.

വിയർപ്പ് തുള്ളികൾ.

എയർ കണ്ടീഷൻഡ് മുറിയിൽ കിടന്നിട്ടും ശരീരം നന്നായി വിയർക്കുന്നു..

എന്താണ് ഇപ്പോൾ കണ്ടത്..?

അതും ഇതുപോലെ തന്നെയൊരു ഉറക്കം ഉണരലായിരുന്നു. ഞെട്ടി വിറച്ചു കൊണ്ട്. കുടിക്കാനുള്ള വെള്ളം നിറച്ച കുപ്പി കട്ടിലിനടുത്തുള്ള മേശയിൽ ഇരിപ്പുണ്ടായിരുന്നു... വെള്ളം കുടിക്കണം എന്ന് തൊണ്ട ആവശ്യപ്പെടുന്നു.

എഴുന്നേൽക്കാൻ ഭയം... ചുറ്റിലും വീണ്ടും ആ ശബ്ദങ്ങൾ.

കിടക്കയിലേക്ക് തന്നെ ചുരുണ്ടു കൂടാൻ ശ്രമിച്ചു. പക്ഷേ, പറ്റുന്നില്ല..

ഇരമ്പി വന്ന ശബ്ദങ്ങൾ അസ്വസ്ഥതയുണ്ടാക്കുന്നു... കൂട്ടമായുള്ള അലർച്ചകൾ... ഇപ്പോൾ ഓരോന്നും പതിയെ വ്യക്തമാകുന്നു.

“നിനക്ക് ഇനിയും മതിയായില്ലേ, എത്ര നാൾ ഈ കിടപ്പ് കിടക്കും... എഴുന്നേൽക്ക്. സ്വന്തം കാലിൽ നിൽക്കാൻ ശ്രമിക്ക്... പാഴ്ജന്മം.”

ആ ശബ്ദത്തിൽ ഗൗരവം ഉണ്ടായിരുന്നു. അധികാരം നിറഞ്ഞു നിന്നിരുന്നു... അയാൾ കൂടുതൽ മൂർച്ചയുള്ള വാക്കുകൾ ഉപയോഗിക്കാൻ ഒരുങ്ങുകയാണെന്ന് ശബ്ദത്തിലുണ്ടായ വ്യത്യാസത്തി

ലൂടെ മനസ്സിലായി..

കാതു രണ്ടും കരങ്ങൾ കൊണ്ട് മൂടി അതിൽ നിന്ന് മോചനം നേടാൻ ശ്രമിച്ചയുടനെ ഞാനൊരു വിലാപം കേട്ടു..

“എന്നും നീ ഇങ്ങനെയാണല്ലോ... ഞങ്ങൾ എന്ത് പറഞ്ഞാലും നീ ഉടനെ ചെവി രണ്ടും പൊത്തി പിടിക്കും... എനിക്കൊന്നും കേൾക്കണ്ട എന്ന രീതിയിൽ... എന്നിട്ടിപ്പോ എന്തുണ്ടായി..? ഒന്നിനും കൊള്ളാത്തവനായി ഇങ്ങനെ ഓരോ ദിവസവും തള്ളി നീക്കി ജീവിക്കുകയല്ലേ... ഇതിലും ഭേധം...”

പെട്ടെന്ന് ആ ശബ്ദം നിന്നപ്പോൾ ഞാൻ പതിയെ ഇറുക്കി അടച്ചിരുന്ന കണ്ണുകൾ തുറന്നു. മുറിയിൽ ഇപ്പോഴും ഇരുട്ട് അതുപോലെ തന്നെ നിറഞ്ഞു നിൽപ്പുണ്ട്. വെളിച്ചം കിട്ടാൻ ഞാൻ ആഗ്രഹിക്കുന്നു. മുറിയുടെ അറ്റത്തെ സ്വിച്ച് ഇട്ടാൽ വെളിച്ചം മുറിയെ പൊതിയും... ഭയത്തിൽ നിന്ന് ചെറിയ മുക്തി നേടും.

പക്ഷേ, എനിക്ക് ഈ കിടക്കയിൽ നിന്നു മോചനമില്ല..

ഇവിടെ നിന്ന് എഴുന്നേറ്റ് എങ്ങോട്ട് പോകണമെന്ന് എനിക്ക് അറിയില്ല...

മുറിയിൽ ആകെ മുഴച്ചു നിൽക്കുന്ന ഭീകര ശബ്ദം എന്നെ വീണ്ടും ഭയപ്പെടുത്തുന്നു..

അതൊരു ചിരിയാണ്..

സംസാരിക്കാൻ പഠിച്ചു വരുന്ന ഒരു കുഞ്ഞിന്റെ ചിരി...ചിരിക്കുന്നതിനിടയിൽ അത് പറയുന്നത് എനിക്ക് കേൾക്കാം..

“കൊച്ചിച്ച... കൊച്ചിച്ച എന്താ ആരോടും മിണ്ടാത്തത്... എന്നോടും...

ഞാൻ പോവാ...”

വീണ്ടും ചിരിക്കുന്നു..

മൂന്ന് ശബ്ദങ്ങൾ ഒന്നിച്ചു പറയുന്നു...

“പോകുവാ... നീ ഇങ്ങനെ ഇരുന്നോ... ഞങ്ങൾ പോകുവാ...”

ഓരോ ശബ്ദവും ഇത് ആവർത്തിച്ചാവർത്തിച്ചൊടുക്കം അതിന്റെ ശക്തിയിൽ ഞാൻ കിടക്കയിൽ നിന്ന് നിലത്തേക്ക് വീണു..

നിശബ്ദത.

ചുറ്റും നിശബ്ദത മാത്രമാണിപ്പോൾ..

എനിക്ക് ഓടണമെന്ന് തോന്നി... എഴുന്നേൽക്കാൻ ശ്രമിച്ചു... കാലുകൾ വഴുതി പോകുന്നപോലെ... എങ്കിലും മുറിവിട്ട് പുറത്തേ

ക്കിറങ്ങി... തൊട്ട് എതിർവശത്തെ കുഞ്ഞു മുറിയിൽ എന്റെ പുസ്തകങ്ങൾ അടങ്ങിയ ഷെൽഫ് ഉള്ളതാണ്... ഞാൻ ഓടിക്കയറിയത് ആ മുറിയിലേക്കാണ്... നാളുകൾക്ക് ശേഷം മുറിക്കുള്ളിൽ കയറിയപ്പോൾ ഷെൽഫ് ഒഴിഞ്ഞു കിടക്കുകയായിരുന്നു...

ശൂന്യത..

പുസ്തകങ്ങൾ ഒഴിഞ്ഞ ഷെൽഫ്... അത് നൽകിയ ശൂന്യത എന്നെ കൂടുതൽ പേടിപ്പെടുത്തി..

ധടുതിയിൽ ഞാൻ ആ മുറിവിട്ട് പുറത്തേക്കോടി... താഴത്ത നിലയിലേക്കുള്ള പടികൾ ചുറ്റി വളഞ്ഞു കിടക്കുന്നു..

ഇറക്കത്തിൽ കാലിടറി ഞാൻ വീഴുന്നു...

മുറിവിൽ നിന്ന് ഒലിച്ചിറങ്ങിയ രക്തത്തിന് നിറമില്ലായിരുന്നു...

വീടിന്റെ മൂലയ്ക്കുള്ള അപ്പായും അമ്മിയും കിടക്കുന്ന മുറിയിലേക്ക് ഞാൻ കയറുമ്പോൾ എന്റെ കാലു പൂർണമായും നിലത്ത് ഉറയ്ക്കുന്നുണ്ടായിരുന്നില്ല. മുറിക്കുള്ളിൽ ഇരുന്നവരെ എനിക്ക് മനസിലായി..

അപ്പാ... അമ്മി... പെങ്ങൾ... പെങ്ങളുടെ മകൾ...

ഞാൻ അവരെ നോക്കി പുഞ്ചിരിച്ചു..

"നീ മുറി വിട്ട് ഇറങ്ങിയോ..."

നേരത്തെ കേട്ട പരുക്കൻ ശബ്ദത്തിൽ അപ്പാ ചോദിച്ചു..

"ഇപ്പോൾ എന്താ ഇങ്ങനെ തോന്നാൻ."

അമ്മിയുടെ ശബ്ദത്തിൽ വിലാപത്തിന്റെ ഇടർച്ചയില്ല..

"കൊച്ചിച്ച..."

പെങ്ങളുടെ മകൾ എന്നെ അങ്ങനെയാണ് വിളിക്കാറുള്ളതെന്ന് അപ്പോൾ ഞാൻ ഓർത്തു...

കുറെ നാളുകൾക്ക് ശേഷം ഞാൻ മനുഷ്യരെ കാണുന്നു... വ്യത്യസ്തമായ മുഖങ്ങൾ കാണുന്നു... പല വികാരങ്ങൾ അറിയുന്നു... എനിക്ക് ഇവരോടെല്ലാം സംസാരിക്കണം...

പക്ഷേ, ശബ്ദം പുറത്തേക്ക് വരുന്നില്ല...

ശബ്ദമില്ലാത്തവന്റെ, രക്തമില്ലാത്തവന്റെ, വിളറിയ നിൽപ്പ് കണ്ട് അവരെല്ലാം ചിരിക്കുന്നു... വിഡ്ഢി, എന്ന് വിളിച്ചു കളിയാക്കുന്നു..

ചിരിക്കുന്നു..

അലറി ചിരിക്കുന്നു..

എന്താണ് ഈ കണ്ടതിന്റെ അർത്ഥം... ഇരുട്ട് നിറഞ്ഞ

മുറിയിൽ ഇരുന്നു ഞാൻ ആലോചിച്ചു... കഴുത്തിനു ചുറ്റും തടവി നോക്കി വിയർപ്പ് തുള്ളികൾ ഇപ്പോഴും അങ്ങനെ തന്നെ നിൽക്കുന്നു...പതിവില്ലാതെ ഇങ്ങനെയൊരു കാഴ്ച... ഉറക്കത്തിൽ നിന്ന് ഞെട്ടിയുള്ള എഴുന്നേൽപ്പ്...എന്താണ് ഇതിന്റെ ഒക്കെ അർത്ഥം..?

ദാഹിക്കുന്നു..

ഞാൻ കിടക്കയിൽ നിന്ന് വെള്ളം എടുക്കാനായി എഴുന്നേറ്റു... പെട്ടെന്ന് ഉള്ളിൽ ഭയത്തിന്റെ നിഴലുകൾ വീഴുന്നതുപോലെ തോന്നി എനിക്ക്... കാലുകൾ വഴുതി പോകുന്നുണ്ടോ..?

ഞാൻ പതിയെ മുറി തുറന്ന് പുറത്തേക്ക് ഇറങ്ങി... തൊട്ട് എതിർ വശത്തെ പുസ്തകങ്ങൾ ഇരിക്കുന്ന കൊച്ചു മുറിയുടെ വാതിൽ അടഞ്ഞു കിടക്കുന്നു... തുറക്കാനായി വാതിലിലേക്ക് അടുക്കുംതോറും മനസ്സിൽ നേരത്തെ കണ്ട കാഴ്ചയിലെ പോലെ ഭയം ഏറി വരുന്നതായി ഞാൻ അറിഞ്ഞു.

വിറച്ചു കൊണ്ടിരുന്ന കൈകൾ വാതിലിന്റെ പിടിയിൽ മുറുക്കി പിടിച്ചു ഞാൻ പതിയെ വാതിൽ തുറന്നു... വീടിന്റെ മുന്നിലെ പോസ്റ്റിൽ രാത്രി കത്തി നിൽക്കുന്ന ബൾബിന്റെ നേരിയ വെട്ടത്തിൽ മുറിക്കുള്ളിൽ ഇരുന്ന പുസ്തക ഷെൽഫ് ശൂന്യമായി കിടക്കുന്നത് ഞാൻ കണ്ടു...

ഒടുക്കം

രാത്രി!

രാത്രിയാണ് അയാൾക്ക് ഇപ്പോൾ കൂടുതൽ ഇഷ്ടം.

പകൽ നേരങ്ങളിൽ അയാൾ ഒരു മുഖംമൂടി അണിഞ്ഞായിരുന്നു നടന്നിരുന്നത്. ആളുകളെ കാണുമ്പോൾ, അവരോടു സംസാരിക്കുമ്പോൾ പിരിയാൻ നേരം ചിരിക്കുമ്പോൾ എല്ലാം, താൻ തന്നെ സൃഷ്ടിച്ച ഒരു കൃത്രിമ മനുഷ്യനാണ് അവരുമായി ഇടപെട്ടിരുന്നത്. അത് അയാളിൽ ചെറിയതോതിൽ സന്തോഷം നൽകുന്നുണ്ടായിരുന്നു. അറിഞ്ഞു കൊണ്ട് ഒരാളെ കബളിപ്പിക്കുക, അത് മനസിലാകാതെ ആ വ്യക്തി നമ്മൾക്ക് മുന്നിൽ നിന്ന് വിഡ്ഢിയാകുക. ഇതൊക്കെ അയാളിൽ ആനന്ദം നൽകിയിരുന്നു..

പക്ഷേ ഇപ്പോൾ അതൊക്കെ അയാളുടെ ഉള്ളിൽ ആനന്ദത്തിൽ നിന്നു കുറ്റബോധത്തിലേക്ക് വഴി മാറി സഞ്ചരിച്ചു തുടങ്ങി. അത് അയാളുടെ മനസ്സിന്റെ സമാധാന അന്തരീക്ഷം തകർത്തു.

അതിനുശേഷമാണ് അയാൾ രാത്രിയെ പ്രണയിച്ചു തുടങ്ങിയത്.

മുറിയിലെ കണ്ണാടിയിൽ അയാൾ തന്റെ രൂപം നോക്കി നിൽക്കും.അത് മുമ്പ് പകലിന്റെ വെളിച്ചത്തിൽ അയാൾ അണിഞ്ഞിരുന്ന പല രൂപങ്ങൾ അയാൾക്ക് മുന്നിൽ കാട്ടി കൊടുത്തു. താനുമായി അടുത്തവരുടെ മുന്നിൽ അയാൾ കെട്ടിയാടിയ വേഷങ്ങൾ, പല രൂപങ്ങൾ ആ കണ്ണാടിയിൽ അയാൾ കണ്ടു..

അതിനു ശേഷം അയാൾ മറ്റൊരു രൂപം കണ്ടു. അയാളുടെ ഇപ്പോഴത്തെ രൂപം.

ഇരുട്ട്.

കറുത്ത നിഴൽ.

അയാളുടെ ഉള്ളുപോലെയുള്ള കറുത്ത നിഴൽ അയാളുടെ യഥാർത്ഥ രൂപമാണെന്ന് അയാൾക്ക് തോന്നി.

ഈ രാത്രി അയാൾക്ക് ഏറെ പ്രധാനപ്പെട്ടതാണ്. അതുകൊണ്ടാണ് ലോകം മുഴുവൻ ഉറങ്ങുമ്പോഴും അയാൾ ഉണർന്നിരിക്കുന്നത്. ഒരുപാട് നേരത്തെ ആലോചനക്ക് ശേഷം അയാൾ ആത്മഹത്യ ചെയ്യാൻ തീരുമാനിച്ചു. ഈ രാത്രി, തന്റെ ഉള്ളുപോലെ കറുത്ത ഈ രാത്രിയിൽ എന്നന്നേക്കുമായി അയാൾ ഈ ലോകത്തോട് വിടപറയാൻ തീരുമാനിച്ചു.

എന്തിന് ആത്മഹത്യ ചെയ്യണം?

ആ ചോദ്യം അയാൾ തന്നോട് തന്നെ കുറെ നേരമായി ചോദിച്ചു കൊണ്ടിരിക്കുകയാണ്. പല ഉത്തരങ്ങൾ അയാളുടെ മനസ്സിൽ തെളിഞ്ഞു വന്നു. അതിൽ പ്രധാനപ്പെട്ടതായിരുന്നു അയാളുടെ രോഗം. മനുഷ്യശരീരത്തെ കാർന്നു തിന്നുകൊണ്ടിരിക്കുന്ന ഒരു മാരക രോഗത്തിന് അടിമയാണയാൽ. അതിന്റെ വേദന ഇപ്പോൾ തന്നെ മനസ്സിനെ ബാധിച്ചു തുടങ്ങിയിരിക്കുന്നു. പതിയെ അത് ശരീരത്തിലേക്കും പടർന്നു പിടിക്കും. ജീവനോടെ ശരീരത്തിലെ മാംസം മുറിച്ചെടുക്കുമ്പോൾ ഉള്ള വേദന അയാൾ അനുഭവിക്കേണ്ടി വരും.

ഇതെന്തൊരു ക്രൂരതയാണ്?

അറവുകാർ പോലും ഇതിലും മാന്യമായാണ് പെരുമാറുന്നത്. അവർ ഒരു മൃഗത്തെ തൊലി ഉരിക്കുന്നതിനും അതിന്റെ മാംസം മുറിക്കുന്നതിനും മുമ്പേ തന്നെ അതിന്റെ ജീവൻ കളയുന്നു. അതിനുശേഷം തന്റെ ശരീരത്തിൽ ചെയ്യുന്ന പ്രവർത്തികളുടെ ഒന്നും വേദന ആ മൃഗം അറിയുന്നില്ല.

എന്ത് സുന്ദരമാണത്.

പക്ഷേ മനുഷ്യന്റെ കാര്യം എടുത്തു നോക്കൂ. ആദ്യം ഒരു ചെറിയ അസ്വസ്ഥത, അല്ലെങ്കിൽ ശരീരത്തിന്റെ ഏതെങ്കിലും ഒരു ഭാഗത്ത് ഒരു ചെറിയ വേദന, ഒരു സൂചനപോലെ. അവിടെ തുടങ്ങുന്നു. പിന്നെ അത് അവിടെ നിന്നു ശരീരം മുഴുക്കെ പടർന്നു കയറുന്നു. അത് പിന്നെ നമ്മളെ പതിയെ ഭക്ഷിച്ചു തുടങ്ങുന്നു. നമ്മളുടെ എല്ലും മാംസവുമൊക്കെ ഓരോ ഭാഗത്ത് നിന്നും അറുത്ത് മുറിച്ച് തിന്നുമ്പോൾ ശരീരത്തിലെ ജീവനും ചൂടും മാറിയിട്ടില്ലേൽ ആ നേരം നമ്മൾ അനുഭവിക്കേണ്ടി വരുന്ന വേദനയുടെ തീവ്രത ഒന്ന് ആലോചിച്ചു നോക്കാൻ പോലും സാധിക്കുന്നതല്ല.

അതിനേക്കാൾ എത്രയോ സുന്ദരമാണ് ആത്മഹത്യ.

പക്ഷേ, ആ അസുഖമല്ല അയാളെ ഇത്രയേറെ വേദനിപ്പിക്കുന്നത്. അതിനേക്കാൾ കഠിനമായ മനോവേദന തന്റെയുള്ളിൽ കിടന്ന് നീറുന്നതായി അയാൾക്ക് അറിയാം.

കുറ്റബോധം!

ഈ കുറ്റബോധത്തിന്റെ അലയൊലികൾ മനസ്സിൽ അടങ്ങാതെ അടിക്കാൻ തുടങ്ങിയത് രണ്ടാഴ്ച്ചത്തെ ആശുപത്രി വാസം കഴിഞ്ഞു അയാൾ ഡോക്ടറെ കണ്ടനേരം മുതലാണ്. അന്ന് അയാൾക്ക് ഒപ്പം അയാളുടെ ഭാര്യയും ഉണ്ടായിരുന്നു. രണ്ടാഴ്ച അയാൾക്ക് വേണ്ടി തന്റെ ഭാര്യ അനുഭവിച്ച വിഷമങ്ങൾ ഡോക്ടർ പറഞ്ഞപ്പോൾ, ആ നേരം അയാൾ അതുവരെ മുഖത്ത് അണിഞ്ഞിരുന്ന, മറ്റുള്ളവരെ വിഡ്ഢികളാക്കികൊണ്ടിരുന്ന കൃത്രിമ മുഖംമൂടി, മുഖത്തിരുന്ന് വലിഞ്ഞു മുറുകുന്നപോലെ തോന്നി അയാൾക്ക്. അതിന് കാരണമുണ്ട്, നേരത്തെ സൂചിപ്പിച്ച പോലെ അയാൾ അണിഞ്ഞിരുന്ന കൃത്രിമ മുഖംമൂടി, അല്ലെങ്കിൽ അയാൾ തന്നെ സൃഷ്ട്ടിച്ച കൃത്രിമ മനുഷ്യൻ ഏറ്റവും കൂടുതൽ വിഡ്ഢിയാക്കിയിട്ടുള്ളത് അയാളുടെ ഭാര്യയെ ആണ്. തന്നെ മാത്രം സ്നേഹിക്കുന്നു എന്ന് ഭാര്യയെ വിശ്വസിപ്പിക്കുമ്പോഴും മറ്റു സ്ത്രീ ശരീരങ്ങൾക്ക് വേണ്ടി അയാൾ അന്വേഷണത്തിലായിരുന്നു. സ്വന്തം ഭാര്യയുടെ കൂടെ കിടക്ക പങ്കിട്ടതിനേക്കാൾ കൂടുതൽ അന്യസ്ത്രീകളുടെ കിടക്കയുടെ മണമാണ് കൂടുതൽ ആസ്വദിച്ചിട്ടുള്ളത് എന്ന് ഉള്ളിൽ ഓർത്ത് അയാൾ അഭിമാനപ്പെടുമായിരുന്നു. പല രാത്രികളിലും തൊട്ടരികിൽ നഗ്നയായി കിടക്കുന്ന ഭാര്യയുടെ സാമീപ്യത്തിൽ പോലും അയാളുടെ മനസ്സിൽ മറ്റു സ്ത്രീകളുടെ മുഖവും ശരീരവുമായിരുന്നു തെളിഞ്ഞിരുന്നത്. ഇതൊന്നും മനസിലാകാതെ നിഷ്കളങ്കത നിറഞ്ഞ പുഞ്ചിരിയുമായി തന്നോട് ചേർന്ന് കിടക്കുന്ന ഭാര്യയുടെ മുഖത്ത് നോക്കി മനസ്സിൽ പലയാവർത്തി അയാൾ പറഞ്ഞ് ചിരിച്ചിട്ടുണ്ട്:

“പാവം വിഡ്ഢി...”

ഈ നിമിഷം ആ ഓർമ്മകൾ മനസ്സിനെ വലിഞ്ഞു മുറുക്കുന്നു. ലോകത്തുള്ള സകലഭാരവും തന്റെ ഉള്ളിൽ ഉള്ളതായി അയാൾക്ക് തോന്നി. പിന്നെ, തിരികെ വീട്ടിൽ വന്നതിന് ശേഷം മുതൽ അയാൾക്ക് എല്ലാത്തിനോടും വിരസതയും, മടുപ്പുമായി തുടങ്ങി. കുറ്റബോധത്തിന്റെ നീറ്റൽ സദാവേട്ടയാടാൻ തുടങ്ങി. മനസ്സിൽ

പലയാവർത്തി ഇതിനെല്ലാം കാരണമായ ആ സന്ധ്യാനേരം കടന്നു വന്നുകൊണ്ടിരുന്നു.

രണ്ടാഴ്ച മുമ്പത്തെ ആ സന്ധ്യാനേരം. പുറത്തെങ്ങും പോ കാതെ വീടിന്റെ ഉമ്മറത്തിരിക്കുന്ന നേരം പെട്ടെന്നാണ് അയാൾ ക്കൊരു ശരീര വേദന അനുഭവപ്പെട്ട് തുടങ്ങിയത്. ശ്വാസം താഴേക്ക് വരാതെ മുകളിലേക്ക് തന്നെ നിൽക്കുന്നു. കൈയ്യും കാലും അനങ്ങാൻ വയ്യാത്ത തരത്തിൽ മരവിച്ചുപോകുന്നു. ഇരുന്ന ഇരുപ്പിൽ നിന്ന് നേരെ നിലത്തേക്ക് വീഴുന്നു. പ്രതികരിക്കാൻ കഴി യുന്നില്ലേലും ഇതെല്ലാം അയാൾക്ക് മനസിലാകുന്നുണ്ടായിരുന്നു, അയാൾക്ക് അറിയാൻ സാധിക്കുന്നുണ്ടായിരുന്നു. മുപ്പത്തഞ്ചാം വയസ്സിൽ പെട്ടെന്ന് ഇങ്ങനെയൊരു അവസ്ഥയിലേക്ക് ശരീരം കൂപ്പുകുത്തുമെന്ന് അയാൾ വിചാരിച്ചിരുന്നില്ല.

ആശുപത്രിയിലേക്കുള്ള യാത്രയിൽ പാതി ചത്ത അവസ്ഥ യിൽ അയാൾ ഓരോന്നും കണ്ടു... കാറിലേക്ക് തന്നെ കയറ്റാൻ പാടുപെടുന്ന ഭാര്യയുടെ മുഖത്ത് നിഴലിച്ചു നിന്നിരുന്ന ഭയം അയാൾ ശ്രദ്ധിച്ചു.

ആശുപത്രിയിലെ ആദ്യ രണ്ട് രാത്രികളിൽ ഉറങ്ങാതെ ഐ സി യു വാർഡിന്റെ മുന്നിൽ അവൾ തണുത്ത് മരവിച്ചിരുന്നു. മുറിയി ലേക്ക് മാറ്റിയ ശേഷവും അയാളുടെ ഓരോ കാര്യങ്ങളും സൂക്ഷ്മ തയോടെ ചെയ്യുന്ന ഭാര്യയെ കണ്ടപ്പോൾ മുഖത്തെ കൃത്രിമ മുഖം മൂടി അയാൾക്കൊരു ഭാരമായി തോന്നി. അപ്രതീക്ഷിതമായി ഏൽക്കുന്ന ഓരോ ദുരന്തങ്ങൾ ആണ് നമ്മൾക്ക് പ്രിയപെട്ടവരെ കാട്ടി തരുന്നത്. അത് അയാൾക്ക് ആദ്യം തോന്നി തുടങ്ങിയതും അന്നാണ്. കുറച്ച് ദിവസം കൂടെ ആശുപത്രിയിൽ പരിചരണ ത്തിൽ കഴിഞ്ഞു തിരികെ പോകാൻ നേരം അയാളും ഭാര്യയും കൂടെ ഡോക്ടറെ കാണാൻ ചെന്നു.

നീല വെളിച്ചം ഒരു വരപോലെ വീണുകിടക്കുന്ന വെള്ള ചുമരു കൾക്ക് മുന്നിൽ ഇരിക്കുന്ന ഡോക്ടർ അവരെ നോക്കി ചിരിച്ചു. അയാളുടെ ഫയൽ നോക്കിയ ശേഷം ചോദിച്ചു :

“എങ്ങനെയുണ്ട് ഇപ്പോൾ?”

“കുഴപ്പമില്ല ഡോക്ടർ.”

അയാൾ മറുപടി പറഞ്ഞു.

“അങ്ങനെയല്ല, മുഖത്തും ശരീരത്തിനും ഒക്കെ ക്ഷീണം കാണിക്കുന്നുണ്ട്.”

ഭാര്യയുടെ മറുപടി കേട്ടപ്പോൾ ആണ് അയാൾ അത് ശ്രദ്ധിച്ചത്. ശരീരം മെലിഞ്ഞിരിക്കുന്നു. മുഖത്തും നല്ല ക്ഷീണം തോന്നിക്കുന്നുണ്ട്. കവിൾ എല്ലുകൾ എഴുന്നു നിൽക്കുന്നപോലെ കാണുന്നു. അയാൾ ചിന്തിച്ചു, സ്വന്തം ശരീരത്തിലെ പ്രശ്നങ്ങൾ പോലും തന്നെക്കാൾ സൂക്ഷമതയോടെ ഭാര്യ ശ്രദ്ധിക്കുന്നു.

അത് കേട്ടപ്പോൾ ഡോക്ടർ ആദ്യം മൗനം പാലിച്ചു. ഡോക്ടറുടെ മൗനം അവരിൽ ഭീതി കൂട്ടുന്നുണ്ടായിരുന്നു.

"പെട്ടെന്നുണ്ടാകുന്ന ഒരു തളർച്ചയാണ് കാരണം എന്നാണ് കരുതിയത്. പ്രഷർ വേരിയേഷൻ ഉണ്ടാകുമ്പോൾ ചിലപ്പോൾ ഇങ്ങനെയൊക്കെ ഉണ്ടായെന്ന് വരാം. പക്ഷേ, ചെയ്ത ടെസ്റ്റുകളുടെ റിസൾട്ട് നോക്കിയപ്പോളാണ് പ്രശ്നം അതല്ലെന്ന് മനസിലായത്.

ഞാൻ പറയുന്നത് നിങ്ങൾ ശാന്തമായി കേൾക്കണം... നിങ്ങളുടെ ശരീരത്തിലെ എല്ലുകളുടെ ബലം കുറഞ്ഞു വരുകയാണ്... അത് പതിയെ നശിക്കാൻ തുടങ്ങും... പല ഭാഗങ്ങളിൽ എല്ലുകൾ പൊടിയുന്നുണ്ട്... ഇതിനിനി..."

പിന്നീട് ഡോക്ടർ പറഞ്ഞ കാര്യങ്ങൾ ഒന്നും അയാൾക്ക് കേൾക്കാൻ സാധിച്ചില്ല. ഒന്നും പറയാൻ സാധിച്ചില്ല. ഒരുനിമിഷം എല്ലാം ശൂന്യമായതുപോലെ തോന്നി. മുപ്പത്തഞ്ചു വയസ്സിന്റെ ആരോഗ്യം, സൗന്ദര്യം, എല്ലാം വെറും പൊള്ളയായിരുന്നു എന്ന് അയാൾക്ക് ബോധ്യം വരാൻ പ്രയാസമുള്ളത് പോലെ തോന്നി.

തിരികെ വീട്ടിലേക്കുള്ള യാത്രയിൽ അയാൾ ഒന്നും തന്നെ സംസാരിച്ചില്ല. കാർ ഡോറിന്റെ വിൻഡോയിലൂടെ പുറത്തെ കാഴ്ചകൾ നോക്കി ഇരുന്നു. കേവലം രണ്ടാഴ്ച കൊണ്ട് ലോകം മുഴുവൻ തനിക്ക് അപരിചിതമായത് പോലെ അയാൾക്ക് അനുഭവപ്പെട്ടു.

ഓരോ കാഴ്ചയും പുതിയത് പോലെ.

കണ്ടിട്ടും മതിയാകാത്തത് പോലെ.

എല്ലാം വേഗം നഷ്ടപ്പെടാൻ പോകുന്നു എന്ന ബോധ്യമാണോ അയാളെക്കൊണ്ട് ഇങ്ങനെയൊക്കെ തോന്നിപ്പിക്കുന്നത്?

തിരികെ വീട്ടിൽ എത്തി വൈകുന്നേരം ഹാളിൽ ഇരിക്കവേ അയാൾ ഭാര്യയോട് ചോദിച്ചു :

"ഇരുപത്തിയൊമ്പതാം വയസ്സിൽ നീ വിധവയാകാൻ പോകുവാണല്ലേ?"

“എന്തിനാണ് ഇപ്പോൾ അങ്ങനെയൊക്കെ ചിന്തിക്കുന്നത്. ഇതൊക്കെ നമ്മൾ വിചാരിക്കുന്നപോലെ അല്ലല്ലോ നടക്കുന്നത്. എത്രയോപേർ വിവാഹം കഴിഞ്ഞ ഉടനെ തന്നെ വിധവകൾ ആകുന്നു. അല്ലെങ്കിൽ എത്രയോപേർക്ക് ഭാര്യമാരെ നഷ്ടപ്പെടുന്നു. അതൊക്കെ അവര് മുൻകൂട്ടി കാണുന്നതാണോ. അല്ല, ജീവിതം ചിലപ്പോൾ അങ്ങനെയൊക്കെയാണ്. നിങ്ങളെക്കാൾ മുന്നേ ഞാനാണ് ആദ്യം പോകുന്നതെങ്കിലോ... ഒന്ന് ഓർത്തു നോക്കിക്കേ... ഒന്നും നമ്മളുടെ കൈയ്യിൽ അല്ല.”

ഇത്രയും പറഞ്ഞിട്ട് ഭാര്യ അയാളോട് ചേർന്നിരുന്നു. അവളുടെ ശരീരത്തിന്റെ ചൂട് അയാൾക്ക് ആ നേരം ആശ്വാസമായി തോന്നി. എല്ല് തെളിഞ്ഞു വന്ന കവിൾതടത്തിൽ ചുംബിച്ചു കൊണ്ട് അവൾ പറഞ്ഞു :

“നമ്മളിൽ ആർക്ക് എന്ത് തന്നെ സംഭവിച്ചാലും ശരി, ഒന്ന് ഞാൻ പറയാം ഈ ലോകത്ത് ഏറ്റവും സന്തോഷവതിയായ ഭാര്യ ഞാനാണ്. നിങ്ങളെ ഞാൻ അത്ര അധികം സ്നേഹിച്ചിട്ടുണ്ട്... നിങ്ങളുടെ സ്നേഹം അത്രയേറെ ഞാൻ അനുഭവിച്ചിട്ടുണ്ട്, ആസ്വദിച്ചിട്ടുണ്ട്... എന്നെകൊണ്ട് ആകുന്നപോലെ ഒക്കെ നിങ്ങളെ ഞാൻ പരിചരിക്കും... ആത്മാർത്ഥമായി, സ്നേഹത്തോടെ നിങ്ങളോടൊപ്പം എന്നും ഞാനുണ്ടാകും. നിങ്ങളെ ഞാൻ ചതിക്കില്ല...”

ഭാര്യയുടെ വാക്കുകൾ അയാളുടെ ഉള്ളിൽ കൂർത്ത മുള്ളുകൾ പോലെ തറച്ചു കയറി. അയാൾ ഈ സംഭാഷണം തുടങ്ങിയത് തന്നെ താൻ ചെയ്തുപോയ തെറ്റുകൾ ഏറ്റ് പറയാനായിരുന്നു. പക്ഷേ അവസാനം പറഞ്ഞ വാചകം അയാളുടെ ശബ്ദത്തെ തളർത്തി കളഞ്ഞു... തകർച്ചയുടെ ഈ നിമിഷം പോലും അയാളോടുള്ള സ്നേഹത്തിൽ സന്തോഷിക്കുന്ന ഭാര്യയുടെ മുഖത്ത് നോക്കി എങ്ങനെ അയാൾക്ക് പറയാൻ കഴിയും;

ഞാൻ നിന്നെ പറ്റിക്കുകയായിരുന്നു എന്ന്. നീ എനിക്ക് അനേകം സ്ത്രീ ശരീരങ്ങളിൽ ഒന്ന് മാത്രമായിരുന്നു എന്ന്. ഒന്നിച്ചുണ്ടായിരുന്ന ഓരോ രാത്രിയിലും നിനക്ക് നൽകിയ ചിരിയും ചുംബനവും എല്ലാം എന്റെ കൃത്രിമ മുഖം പ്രകടിപ്പിച്ച കള്ളത്തരത്തിന്റെ അടയാളങ്ങൾ ആയിരുന്നു എന്ന്.

ഈ വാക്കുകൾ അവൾക്ക് താങ്ങാൻ കഴിയില്ല എന്ന് അയാൾക്ക് അറിയാം. പിന്നീട് അവൾക്ക് ഈ ലോകത്ത് ഒന്നിനോടും വിശ്വസ്തത ഉണ്ടാകില്ല. പിന്നെ ഈ ലോകത്ത്

ആരെയും അവൾക്ക് മനസ്സറിഞ്ഞു സ്നേഹിക്കാൻ സാധിക്കില്ല. അയാൾ പറയാൻ പോയ വാക്കുകൾ മരണം വരെ അവളുടെ മനസ്സിനെ കീറി നോവിച്ചുകൊണ്ടിരിക്കും. അങ്ങനെ ചിന്തിച്ചൊടുക്കം അയാൾ തീരുമാനിച്ചു, അതിനേക്കാൾ എത്രയോ നല്ലതാണ് മരണം കാത്ത് കിടക്കുന്ന ഒരുവന്റെ ആത്മഹത്യ. അത് ആദ്യം അവളിൽ ഒരു അമ്പരപ്പ് ഉണ്ടാക്കും.

"എന്തിനാണ് തന്റെ ഭർത്താവ് ആത്മഹത്യ ചെയ്തത്?"

എന്ന ചോദ്യവുമായി അവൾ നടക്കും. പിന്നീട് തന്നിൽ വന്നുഭവിച്ച രോഗത്തിനെ അതിനുള്ള ഉത്തരമായി കണ്ട് അവൾ മനസ്സിനെ പറഞ്ഞു വിശ്വസിപ്പിക്കും.

നേരം വെളുക്കാറാകുന്നു. അയാളുടെ മുന്നിൽ ഇനി അധിക നേരമില്ല. അവസാനമായി തന്റെ ഭാര്യ കിടക്കുന്ന മുറിയിലേക്ക് അയാൾ ചെന്നു. ഒന്നും അറിയാതെ നിഷ്കളങ്കമായ ചിരിയും വെച്ചുകൊണ്ട് ഉറങ്ങുന്ന അവളുടെ മുഖത്ത് ഉറക്കം നഷ്ടപ്പെടാത്ത രീതിയിൽ മൃദുവായി അയാൾ ചുംബിച്ചു. ആ നേരം ആദ്യമായി അയാളുടെ കണ്ണുകൾ നിറയുന്നതായി അയാൾക്ക് അനുഭവപ്പെട്ടു.

ആ കണ്ണുനീർ തുള്ളികളിൽ അയാൾ സ്നേഹത്തെ ആദ്യമായി അറിഞ്ഞു.

ജനാല തുറന്ന് അവസാനമായി അയാൾ ആകാശത്തെ നോക്കി കണ്ടു.

അതിനു ശേഷം, അയാൾ ഇരുട്ടിലേക്ക് മറഞ്ഞു...

വിലാപം

മഴ!

മഴ ഇടവേളകളില്ലാതെ പെയ്തുകൊണ്ടിരിക്കുകയാണ്.

ഫർസാന തുറന്നിട്ട വാതിലിന്റെ മുന്നിൽ റൂഫിൽ തട്ടി മുറ്റത്തേക്ക് വീഴുന്ന മഴത്തുള്ളികൾ നോക്കി വിഷമിച്ചു നിന്നു.

“ഈ മഴ ഇങ്ങനെ നിന്നാൽ വൈകിട്ട് എങ്ങനെ ബീച്ചിൽ പോകും?”

നാല് ദിവസം അവധിയായതിനാൽ ഫർസാന ഉമ്മിയുടെ ആങ്ങള സിറാജിന്റെ വീട്ടിൽ നിൽക്കാൻ വന്നതാണ്. വാപ്പിയും ഉമ്മിയും ഇക്കാക്കയും വരാത്തതിൽ ഫർസാനക്ക് ആദ്യം വിഷമം ഉണ്ടായിരുന്നു. പിന്നെ അത് മാറിയത് സിറാജിന്റെ മകൻ മുനീർ ഉള്ളതുകൊണ്ടാണ്. മുനീർ ഫർസാനയേക്കാൾ നാലുവയസ്സിനു മൂത്തതാണ്. മുനീർ അവളോടൊപ്പം കളിക്കാൻ കൂടും. മുനീർ വായിക്കുന്ന പുസ്തകങ്ങൾ അവൾക്കും വായിക്കാൻ കൊടുക്കും. അവധി കഴിഞ്ഞു മറ്റന്നാൾ പോകുമ്പോൾ വായിക്കാൻ പുസ്തകം തന്നു വിടാമെന്ന് മുനീർ പറഞ്ഞപ്പോൾ, ഫർസാന മുൻനിരയിലെ പല്ലുപോയ മോണകാട്ടി ചിരിച്ചു. ആ ചിരി മുനീറിന് ഏറെ ഇഷ്ടമാണ്.

പക്ഷേ, ഇപ്പോൾ ഫർസാനയുടെ മുഖത്തു ചിരിക്ക് പകരം വിഷമമാണ്. തിരികെ പോകുന്നതിന് മുമ്പ് ബീച്ചിൽ കൊണ്ടുപോകാമെന്ന് സിറാജ് വാക്ക് നൽകിയതാണ്. ഇന്ന് പോകാമെന്നാണ് കരാറിൽ തന്റെ പ്രിയപ്പെട്ട ഒരേയൊരു മാമാ ഫർസാനക്ക് വാക്ക് നൽകിയത്. ആ വാക്ക് പാലിക്കാൻ സാധിക്കുമോ എന്നുള്ള ആശങ്കയിലാണ് ഫർസാന. ഉച്ചക്ക് വരാമെന്നു പറഞ്ഞ സിറാജിനെ കാണുന്നുമില്ല. അവളുടെ ഉള്ളിൽ കുട്ടിത്തത്തിൽ വിരിയുന്ന

ദേഷ്യത്തിന്റെ മുനകൾ സിറാജിനെതിരെ മുളച്ചു തുടങ്ങിയിരുന്നു. ആ ദേഷ്യം അവളെകൊണ്ട് ചുമ്മാ ഓരോന്ന് പറയിച്ചുകൊണ്ടിരുന്നു.

"മാമാ ഇന്ന് വരട്ടെ... ഇനി ഞാൻ മിണ്ടില്ല."

"എന്നെ പറ്റിച്ചേന് ഞാൻ മാമയ്ക്ക് നല്ല അടി കൊടുക്കും."

അവളുടെ ഈ വാക്കുകൾ കേട്ട് മുനീറിന് ചിരി വന്നു. അവളുടെ കുഞ്ഞികവിളിൽ സ്നേഹത്തോടെ ഉമ്മ വെച്ച് അവൻ ടി വി ഓൺ ആക്കാൻ ഹാളിലേക്ക് പോയി.

തലേന്ന് കണ്ടിട്ട് വെച്ചത് കൊണ്ട് തന്നെ ടി വി ഓൺ ആക്കിയപ്പോൾ ആദ്യം വന്നത് ന്യൂസ് ചാനൽ ആയിരുന്നു. അതിലെ റിപ്പോർട്ടരുടെ ശബ്ദം മുറിയിൽ അലയടിച്ചു.

"അപ്രതീക്ഷിതമായി ഉണ്ടായ ഒരു ദുരന്തമാണ് ഇത് എന്ന് വേണം പറയാൻ. സംസ്ഥാനത്ത് തുടർച്ചയായി പെയ്തുകൊണ്ടിരിക്കുന്ന മഴ, പല സ്ഥലങ്ങളിൽ ചെറിയ നാശനഷ്ടങ്ങൾ വരുത്തിയെങ്കിലും കേരളം ഞെട്ടുന്ന തരത്തിലുള്ളൊരു ദുരന്തത്തിന് ഇത് വഴിയൊരുക്കുമെന്ന് ആരും തന്നെ കരുതിയില്ല. അപകടമേഖലകൾ ആയി സർക്കാർ നിർദ്ദേശിച്ച സ്ഥലങ്ങളിൽ നിന്നെല്ലാം വ്യത്യസ്തമായി കിഴക്കൻകുന്നിൽ ഇങ്ങനെയൊരു മണ്ണിടിച്ചിൽ, എല്ലാവരെയും ഭയത്തിൽ ആക്കിയിരിക്കുകയാണ്."

"സന്തോഷ്, എപ്പോഴായിരുന്നു ഇങ്ങനെയൊരു ദുരന്തം ഉണ്ടായത്. എന്താണ് ഇപ്പോൾ അവിടുത്തെ അവസ്ഥ? കിഴക്കൻ കു ന്നിലെ ജനങ്ങൾ സുരക്ഷിതരാണോ?"

ന്യൂസ് ആങ്കറുടെ ചോദ്യം വീടിനെ ആകെ നിശബ്ദതയിൽ ആഴ്ത്തി. മുനീർ ടിവിയിൽ കാണിക്കുന്ന സ്ഥലങ്ങളുടെ ദൃശ്യങ്ങൾ കണ്ടതും ഭയത്തോടെ ഫർസാനയെ ചേർത്ത് പിടിച്ചു ടി വിയിലേക്ക് നോക്കികൊണ്ടിരുന്നു.

"ഏകദേശം ഒരു മണിക്കൂർ നേരമായി കാണും ദുരന്തം ഉണ്ടായിട്ട്. മുമ്പ് പറഞ്ഞതുപോലെ അപ്രതീക്ഷിതമായി ഒരു സൂചനപോലും ഇല്ലാതെയാണ് ഇങ്ങനെയൊരു ദുരന്തം ഉണ്ടായത്. അതുകൊണ്ട് തന്നെ ദുരന്തം നടന്ന സ്ഥലത്തെ പതിനഞ്ചു വീടുകലായി ഏകദേശം അമ്പതിനടുത്ത് ആളുകൾ പൂർണമായും മണ്ണിടിച്ചിലിൽ പെട്ടിരിക്കുകയാണ്. പരിസരത്തെ ജനങ്ങൾ പരിഭ്രാന്തരായി നിൽക്കുകയാണ്. എന്താണ് ചെയ്യേണ്ടതെന്നറിയാതെ നിൽക്കുന്ന ഒരു അവസ്ഥ, അത് നമ്മൾക്ക് വ്യക്തമായി കാണാൻ

സാധിക്കുന്നുണ്ട്. കഴിഞ്ഞ കുറച്ച് വർഷങ്ങൾ ആയി സംസ്ഥാനത്തിന്റെ പല ഭാഗങ്ങളിലായി ഇങ്ങനത്തെ ദുരന്തങ്ങൾ സംഭവിച്ചത് നമ്മൾ കണ്ടതാണ്. അതിന്റെ തുടർച്ചയാണ് ഇന്ന് കിഴക്കൻ കുന്നിൽ സംഭവിച്ചിരിക്കുന്നത്."

ടി വിയിലെ റിപ്പോർട്ടറുടെ ശബ്ദം നിന്നതും പുറത്ത് ഒരു കാർ വന്ന് നിന്നതും ഒരുപോലെയായിരുന്നു. വീട്ടിലേക്ക് കയറി വന്ന സിറാജിന്റെ മുഖം മരവിച്ചിരുന്നു. എന്തും ചെയ്യണം എന്നറിയാതെ അയാൾ ആകെ അസ്വസ്ഥനായിരുന്നു. അവർ ഉടനെ തന്നെ കിഴക്കൻ കുന്നിലേക്ക് യാത്ര തിരിച്ചു.

"നമ്മൾ എങ്ങോട്ടാ മാമാ പോകുന്നേ?"

കാറിൽ പോകും വഴി ഫർസാന സിറാജിനോട് ചോദിച്ചു.

"ഫർസു മോളുടെ വീട്ടിലേക്ക്."

അത് പറഞ്ഞു കഴിഞ്ഞപ്പോൾ അയാൾ പെട്ടെന്ന് നിശബ്ദനായി. അങ്ങനെ പറയണമായിരുന്നോ എന്നൊരു ചിന്ത ഉള്ളിൽ ഉദിക്കാൻ തുടങ്ങി. വീട്ടിലേക്ക്... ആരുടെ വീട്ടിലേക്ക്. അങ്ങനെ പറയാൻ തക്ക ഒരു വീട് ഇപ്പോൾ അവിടെ ഉണ്ടോ?

ഇല്ല.

ഒറ്റ നിമിഷത്തെ പ്രകൃതിയുടെ അഴിഞ്ഞാട്ടം, അമ്പതോളം മനുഷ്യർ കെട്ടിപൊക്കിയ സ്വപ്നങ്ങളുടെ സുന്ദര ഗോപുരങ്ങളെ ശ്മശാന ഭൂമിയാക്കി മാറ്റിയില്ലേ. വിടരും മുമ്പേ എത്രയോ സുന്ദര പൂവുകൾ അവിടെ അടർന്നു വീണില്ലേ. അവിടം ഇപ്പോൾ എങ്ങനെയൊരു വീടാകും? എങ്ങനെ അതിനെയൊരു വീടായി കാണാൻ കഴിയും?

"വീട്ടിലേക്കാണ് പോകുന്നതെന്ന് മുന്നേ പറയണ്ടേ... ഞാൻ ബുക്ക് എടുക്കാൻ മറന്നു പോയി. മുനീറിക്ക എനിക്ക് വീട്ടിൽ ചെന്നിട്ട് വായിക്കാൻ വേണ്ടി കുറെ ബുക്ക് തന്നിരുന്നു. അതൊക്കെ അവിടെ ഇരിക്കുവാ... നമ്മൾക്ക് അതും എടുത്തിട്ട് ബീച്ചിലും പോയിട്ട് വീട്ടിലേക്ക് പോകാം..."

"അത് നമ്മൾക്ക് പിന്നെ പോയി എടുക്കാം മോളെ."

ചിത്രകഥയും ഫെയറി ടെയിൽസും വായിച്ചു രസിക്കുന്ന എട്ടു വയസ്സുകാരിയോട് എങ്ങനെ നാട്ടിലെ അവസ്ഥ പറഞ്ഞു മനസിലാക്കും എന്ന് ഓർത്ത് സിറാജ് വിതുമ്പിക്കൊണ്ടിരുന്നു.

അവർ ഫർസാനയുടെ വീടിരുന്ന സ്ഥലത്ത് എത്തിയപ്പോൾ സന്ധ്യ കഴിഞ്ഞു നേരം ഇരുട്ടി തുടങ്ങിയിരുന്നു.

മഴ അപ്പോഴും ഇടയ്ക്കിടെ പെയ്തു കൊണ്ടിരുന്നു. സംഭവം നടന്ന സ്ഥലത്തേക്ക് വാഹനം എത്താൻ പ്രയാസം ആയതുകൊണ്ട് അവർ നടന്നാണ് പോയത്. നടക്കുന്ന വഴിയിൽ ചെളിയിൽ കാലുകൾ പല ആവർത്തി ഇടറി പോകുന്നുണ്ടായിരുന്നു. എത്ര സുന്ദരമായി കിടന്ന വഴികളാണ് ഇന്ന് ഇപ്പോൾ ഇങ്ങനെ...

തന്റെ ഏക പെങ്ങൾ സുലേഖയെ ഇബ്രാഹിം കല്യാണം കഴിച്ചു വീട്ടിലേക്ക് ഈ വഴിയിലൂടെ വരുമ്പോൾ ഒപ്പം സിറാജും ഉണ്ടായിരുന്നു. അന്ന് ഈ വഴിയിലൂടെ നടന്നു വീട്ടിലേക്ക് കയറുന്ന നേരം വരെ സുലേഖ സിറാജിന്റെ കൈയ്യിൽ മുറുക്കെ പിടിച്ചിരുന്നു. ഇന്നാ കൈകളിൽ സുലേഖക്ക് പകരം അവരുടെ മകൾ. സിറാജ് ഓർത്തു, അന്ന് കല്യാണത്തിന്റെ ആരവങ്ങൾ ആയിരുന്നെങ്കിൽ ഇന്ന് മരണത്തിന്റെ വിലാപങ്ങൾ ആണ്.

ദുരന്തം നടന്ന സ്ഥലം രക്ഷപ്രവർത്തകരെകൊണ്ടും ന്യൂസ് ചാനലുകാരെകൊണ്ടും നിറഞ്ഞിരുന്നു. ടിവിയിലും, മൊബൈലിൽ ഓൺലൈൻ ന്യൂസിലും പലയാവർത്തി കണ്ടെങ്കിലും നേരിട്ട് ആ കാഴ്ചകൾ കണ്ടപ്പോൾ അയാൾക്ക് നിയന്ത്രിക്കാൻ ആയില്ല. അയാൾ നിലത്തു കുത്തിയിരുന്നു വാവിട്ടു കരഞ്ഞു പോയി. ഫർസാന അപ്പോഴും സിറാജിന്റെ കൈയ്യിൽ മുറുകെ പിടിച്ചുകൊണ്ട് എന്താണ് സംഭവിച്ചതെന്ന് മനസിലാകാതെ വീടിരുന്ന സ്ഥലത്തേക്ക് നോക്കി നിൽക്കുകയായിരുന്നു.

“നമ്മളുടെ വീട് എന്തിയെ മാമാ?”

ഫർസാന ചോദിച്ചു.

“എല്ലാം... എല്ലാം പോയി മോളെ.”

അയാൾ വിതുമ്പിക്കൊണ്ട് മറുപടി പറഞ്ഞു.

“എന്താ ഇപ്പോഴത്തെ അവസ്ഥ? എന്തെങ്കിലും പ്രതീക്ഷ...?”

അവിടെ കൂടിയ അധികാരികളോടെ സിറാജ് കാര്യം തിരക്കി.

“കുറച്ച് ശരീരങ്ങൾ കണ്ടെത്തിയിട്ടുണ്ട്. ബാക്കിക്കായുള്ള തിരച്ചിൽ നടക്കുന്നുണ്ട്. പക്ഷേ അതിൽ നിന്ന് ജീവനോടെ ആരെങ്കിലും കിട്ടുമോ എന്ന് ഉറപ്പ് പറയാൻ പ്രയാസമാണ്.”

സിറാജ് ഒന്നും പറയാതെ നിൽക്കുന്ന കണ്ടിട്ട് പോലീസ് ഉദ്യോഗസ്ഥൻ വന്നു ചോദിച്ചു :

“നിങ്ങളുടെ ആരാണ് ഇവിടെ..?”

“എന്റെ പെങ്ങളും അവരുടെ ഭർത്താവും മൂത്ത മകനും പെട്ട് പോയിട്ടുണ്ട്.”

"പറയുന്നതിൽ ഒന്നും തോന്നരുത്. കുറച്ച് ബോഡി കിട്ടിയിട്ടു ണ്ട്. കുറെയൊക്കെ ഐഡന്റിഫൈ ചെയ്തു. ആ കൂട്ടത്തിൽ നിങ്ങളുടെ ആളുകളുണ്ടോ എന്ന്... സീ പറഞ്ഞല്ലോ, ഞങ്ങൾക്കും വിഷമമുണ്ട് ഈ അവസ്ഥയിൽ ഇങ്ങനെ പറയാൻ... എന്നാലും... ഉണ്ടെങ്കിൽ മൃതദേഹങ്ങൾ ആചാരപ്രകാരം നിങ്ങൾക്ക് അടക്കം ചെയ്യാനെങ്കിലും സാധിക്കും... പ്ലീസ് ഒന്ന് നോക്കിയെങ്കിൽ..."

പോലീസ് ഉദ്യോഗസ്ഥന്റെ നിർദേശ പ്രകാരം സിറാജ് മൃതദേഹ ങ്ങൾ സൂക്ഷിച്ചിരുന്ന ഇടത്തേക്ക് പോയി. നിരനിരയായി കിടക്കു ന്ന ശരീരങ്ങളിൽ എല്ലാം അയാൾ മനസ്സ് കല്ലാക്കി തന്റെ വേണ്ട പ്പെട്ടവരെ നോക്കി കൊണ്ടിരുന്നു... ആ കൂട്ടത്തിൽ ഒന്നും തന്നെ തന്റെ പ്രിയപ്പെട്ടവരെ കാണാൻ ആയില്ല. അത് അയാൾ പോലീസ് ഉദ്യോഗസ്ഥനെ അറിയിച്ചു. അധികനേരം അവിടെ നിൽക്കാൻ അയാളുടെ മനസ്സനുവദിച്ചില്ല. എന്തെങ്കിലും വിവരം കിട്ടിയാൽ അറിയിക്കാനായി സിറാജിന്റെ മേൽവിലാസവും മൊ ബൈൽ നമ്പറും ഒപ്പം സുലേഖയുടെയും ഭർത്താവിന്റെയും മകന്റെയും ഫോട്ടോയും അധികാരികളെ ഏൽപ്പിച്ചയാൾ ഫർസാനക്കൊപ്പം തിരികെ മടങ്ങി.

രാത്രി തിരികെ വീട്ടിൽ എത്തിയപ്പോൾ ടി വിയിൽ അപ്പോഴും ദുരന്തത്തെ കുറിച്ചുള്ള വാർത്തകൾ കാണിച്ചു കൊണ്ടിരിക്കുക യായിരുന്നു. കണ്ടെത്താത്ത ആളുകളുടെ വിവരങ്ങളിൽ തനിക്ക് വേണ്ടപ്പെട്ടവരുടെ ചിത്രങ്ങളും കാണിക്കുന്നത് കണ്ടപ്പോൾ അ യാളുടെ ഉള്ളിൽ ഭാരം ഏറി വന്നു. ചെറിയതോതിൽ ശ്വാസം മുട്ടൽ അനുഭവപ്പെട്ടു.

"ദേ, വാപ്പിയും ഉമ്മിയും ഇക്കാക്കയും ടിവിയിൽ..."

ഫർസാന ആ ചിത്രങ്ങൾ നോക്കി ചിരിച്ചുകൊണ്ട് പറഞ്ഞു. അയാൾ ഒന്നും പറയാതെ അത് നോക്കികൊണ്ടിരുന്നു. വാർ ത്തകൾ മാറി പുതിയതായി ഇറങ്ങിയ ബൈക്കിന്റെ പരസ്യമായി ചാനലിൽ.

"മാമാ, ഫോട്ടോ ഇനിയും കാണിക്കുമോ..?"

ഫോട്ടോകൾ മാറിയത് കണ്ട് ഫർസാന സിറാജിനോട് ചോ ദിച്ചു. കുറച്ച് നേരം ഒന്നും മിണ്ടാതെ ഇരുന്ന ശേഷം ഏറെ പ്രയാ സപെട്ടുകൊണ്ട് അയാൾ പറഞ്ഞു.

"കാണിക്കും മോളെ... രണ്ട് ദിവസം കൂടെ കാണിക്കും. പിന്നെ മറക്കും."

ട്രാഫിക് സിഗ്നൽ

കത്തിജ്ജ്വലിക്കുന്ന സൂര്യന്റെ ചുവട്ടിലെ അനേകായിരം ട്രാഫിക് സിഗ്നലുകളിൽ ഒന്നിൽ പച്ച വെളിച്ചം വന്നപ്പോൾ നിറുത്തിയിട്ടിരുന്ന വാഹനങ്ങൾ എല്ലാം ഒരേ സമയം കുതിക്കാൻ തുടങ്ങി. പല വാഹനങ്ങളിലെ യാത്രക്കാർക്കെല്ലാം ആ പച്ച വെളിച്ചം ഒരു ആശ്വാസമായിരുന്നു. പൊള്ളുന്ന ചൂടിൽ നിന്ന്, നീണ്ടു നിൽക്കുന്ന ട്രാഫിക് ബ്ലോക്കിൽ നിന്ന്... എന്നാൽ ടൈബുക്ക് റഹ്മാൻ എന്ന ബംഗാളി കച്ചവടക്കാരന് അത് ആശ്വാസത്തിന്റെ വെളിച്ചമല്ലായിരുന്നു, പകരം തന്റെ വിശപ്പിനു ശമനം നൽകേണ്ട കച്ചവടത്തിന് വിലങ്ങുതടിയായിട്ടാണ് ട്രാഫിക് സിഗ്നലിൽ കത്തിയ പച്ച വെളിച്ചത്തെ ടൈബുക്ക് കണ്ടത്.

“നാശം, എത്ര നേരമായി ഇങ്ങനെ നിൽക്കുന്നു. ഒരു വണ്ടിയേലും നിറുത്തിയിരുന്നെങ്കിൽ...” വാഹനങ്ങളിൽ പതിപ്പിക്കാനാവുന്ന കരകൗശല വസ്തുക്കൾ വിൽക്കുന്ന ജോലിയാണ് ടൈബുക്കിന്. ഒരു വണ്ടിയും നിറുത്താത്തതിന്റെ വിഷമവും ദേഷ്യവും എല്ലാം കൂടി മനസ്സിൽ നിറഞ്ഞ ടൈബുക്ക് സ്വയം പിറുപിറുത്തുകൊണ്ടിരുന്നു.

“എന്താ ഭായി... ഇന്നും കച്ചവടം ഒന്നും നടന്നില്ലേ?”

ടൈബുക്കിന്റെ മുഖത്തെ വിഷമവും ഒട്ടിയ വയറും കണ്ടുകൊണ്ട് വഴിയരികിൽ വെള്ളക്കച്ചവടം നടത്തുന്ന ദിവാകരൻ ചോദിച്ചു.

“ഇല്ല, ചേട്ടാ... ആരും ഒന്നും വാങ്ങിയില്ല... എല്ലാരും വണ്ടി വേഗം ഓടിച്ചു പോകുന്നു. എനിക്ക് വിൽക്കാൻ പറ്റിയില്ല.”

“ആഹ്... സാരമില്ലടോ... താൻ വാ ഒരു വെള്ളം കുടിക്കാം.”

“വേണ്ട ചേട്ടാ... എന്റെ കൈയ്യിൽ പൈസ ഇല്ല...”

“താൻ ഇപ്പോൾ ഇത് കുടിയ്ക്കടോ... പൈസ താൻ കിട്ടു

മ്പോൾ തന്നാൽ മതി. കൊല്ലുന്ന ചൂടാണ്. വെള്ളം കുടിക്കാതിരുന്നാൽ താൻ തലകറങ്ങി താഴെപ്പോകും."

ദിവാകരൻ നൽകിയ തണുത്ത വെള്ളം ടൈബുക്ക് ആർത്തിയോടെ കുടിച്ചു. ഭക്ഷണവും ജലവും ഒന്നും കിട്ടാതെ വറ്റി കിടന്ന ടൈബുക്കിന്റെ ശരീരം ചെറുതായി തണുത്തു.

"ചൂടായതു കൊണ്ട് എനിക്കിപ്പോൾ അത്യാവശ്യം നല്ല കച്ചവടം ഉണ്ട്."

"ഹ്മ്മ്..." കൂടുതൽ ഒന്നും സംസാരിക്കാതെ ടൈബുക്ക് ഒരു മൂളലിൽ ഉത്തരം നൽകി. എന്നിട്ട് ദിവാകരൻ നൽകിയ വെള്ളം ആസ്വദിച്ചു കുടിച്ചുകൊണ്ടിരുന്നു.

"എത്ര കിട്ടിയാൽ എന്താ, ഒന്നിനും തികയുന്നില്ല. രാവിലെ മുതൽ നല്ല കച്ചവടമാ... പൈസ കുമിഞ്ഞു കൂടുന്നുമുണ്ട്, പക്ഷേ എന്നാ കാര്യം, രാത്രി വീട്ടിലേക്കു പോകാൻ നേരം കൊടുക്കാനുള്ളത് കൊടുത്തുകഴിഞ്ഞാൽ എണ്ണിപ്പെറുക്കി ഒരു അഞ്ഞൂറുരൂപ എങ്കിലും കഷ്ടി കിട്ടിയാലായി."

ദിവാകരന്റെ വാക്കുകൾക്ക് ടൈബുക്ക് മറുപടി ഒന്നും നൽകിയില്ല. കാരണം അഞ്ഞൂറുരൂപയുടെ ഒരു നോട്ടു കണ്ട കാലം പോലും അവൻ മറന്നിരിക്കുന്നു. ദിവസം അഞ്ഞൂറുരൂപ കിട്ടുന്ന ഒരു മനുഷ്യൻ അത് തികയുന്നില്ല എന്ന് പറഞ്ഞു വിലപിക്കുന്നു. മൂന്ന് മുറിയുള്ള ഒരു വീട് ചെറുതാണെന്ന് പരാതി പറയുന്നു. ഇതെല്ലാം കേട്ട് അവൻ അവന്റെ ജീവിതം ഒരു നിമിഷം ഓർത്തു.

ബംഗാളിൽ തന്റെ വീടിരിക്കുന്ന സ്ഥലത്തേക്ക് വാഹനങ്ങൾ പോകാൻതക്ക വഴിയില്ല. കുടിക്കാനും കുളിക്കാനും എല്ലാം ഉപയോഗിക്കുന്നത് ഒരേ തരത്തിലുള്ള വെള്ളം. വീടെന്നാൽ ഒറ്റമുറിയിൽ കെട്ടിനിറുത്തിയ ഒരു ചതുരക്കഷ്ണം. ഭക്ഷണം പാകം ചെയ്യുന്നതും കഴിക്കുന്നതും കിടക്കുന്നതും എല്ലാം ആ ഒറ്റമുറിയിൽ. തന്റെ ജീവിത സാഹചര്യങ്ങൾ വെച്ച് നോക്കുമ്പോൾ ദിവാകരൻ പറഞ്ഞ പരിഭവങ്ങൾ, പരാതികൾ അവന് സ്വർഗ്ഗമാണ്.

"മനുഷ്യൻ അങ്ങനെയാണ് ചേട്ടാ. ഉള്ളവൻ കിട്ടിയത് കുറഞ്ഞുപോയി എന്ന് പറഞ്ഞു വിലപിക്കും... മറ്റുചിലരോ എന്തേലും കിട്ടാൻ വേണ്ടി പ്രാർത്ഥിക്കും... എല്ലാവർക്കും എല്ലാത്തിനോടും ആർത്തിയാണ്. മനുഷ്യന്റെ ആർത്തി തീരണമെങ്കിൽ ലോകം അവസാനിക്കണം."

അവന്റെ വാക്കുകൾക്കുള്ള ദിവാകരന്റെ മറുപടി കേൾക്കാൻ നിൽക്കാതെ സൗജന്യമായി നൽകിയ വെള്ളത്തിന് നന്ദി പറഞ്ഞു കൊണ്ട് അവൻ വീണ്ടും പഴയ ട്രാഫിക് സിഗ്നലിന്റെ ചുവട്ടിൽ വന്നു നിന്നു.

ഉച്ച സമയത്തു ചങ്ങനാശ്ശേരി റെയിൽവേ സ്റ്റേഷൻ ബൈപ്പാസിൽ കാറുകൾ കൂടുതലാണ്. അതിനു കാരണവും ഉണ്ട്. വാഴൂർ റോഡിൽ നിന്ന് വരുന്ന വാഹനങ്ങൾക്കു പെട്ടെന്ന് പോകാൻ വേണ്ടി സിഗ്നൽ കൂടുതൽ നേരം പച്ച കത്തി തന്നെ നിൽക്കും. അതെ സമയം മറ്റു മൂന്നു വഴികളിൽ നിന്ന് വരുന്ന വാഹനങ്ങൾക്കു സിഗ്നൽ കുറച്ചു നേരം മാത്രമേ കിട്ടൂ... അവർ കൂടുതൽ നേരം ട്രാഫിക്കിൽ കിടക്കേണ്ടി വരുന്നു. അത്തരം യാത്രക്കാരാണ് ടൈബുക്കിന്റെ ജീവിതമാർഗവും.

പതിവുപോലെ കാറുകൾ ഓരോന്നായി നിരനിരയായി വന്നു നിന്ന് തുടങ്ങി. ടൈബുക്കിന്റെ ഉള്ളിൽ വീണ്ടും പ്രതീക്ഷ ഉയർന്നു. രാവിലെ മുതൽ പട്ടിണിയാണ്. ആകെ കഴിച്ചത് ദിവാകരൻ നൽകിയ തണുത്ത വെള്ളം മാത്രം. അതിന്റെ പച്ചപ്പിലാണ് പിടിച്ചു നിൽക്കുന്നത്. നേരം ഒട്ടുംതന്നെ പാഴാക്കാതെ ടൈബുക്ക് കാറുകളുടെ മുമ്പിലേക്ക് വിൽക്കാൻ വെച്ചേക്കുന്ന സാധനവുമായി ഓടി. ആദ്യത്തെ കാറുകാരൻ വാങ്ങിയില്ല, ടൈബുക്കിനെ ആട്ടിപായിച്ചു. രണ്ടാമത്തെ കാറുകാരനും സാധനം ഒന്നും വാങ്ങാൻ കൂട്ടാക്കാതെ ടൈബുക്കിനെ ഓടിച്ചു. അങ്ങനെ നിരന്നു കിടന്ന കാറുകളിൽ ആരും തന്നെ സാധനം വാങ്ങാൻ കൂട്ടാക്കിയില്ലെന്നു മാത്രമല്ല കാറുകളുടെ ഡോറിന്റെ വിൻഡോ പോലും ഒന്നും താഴ്ത്തിയില്ല.

അങ്ങനെ അവസാനം കിടന്ന കാറുകാരൻ ടൈബുക്കിനു മുമ്പിൽ കാറിന്റെ വിൻഡോ താഴ്ത്തി.

“എത്ര രൂപയാ ?”

“ഭയ്യാ... ഒരെണ്ണം നൂറു രൂപ...”

“അയ്യോ... അത് കൂടുതലാ... ഒന്നാമതെ എനിക്കിതു വേണ്ട സാധനം അല്ല... പിന്നെ കൊച്ചു കിടന്നു കരഞ്ഞ കൊണ്ടാണ്...”

“ഭയ്യാ... ഇതുവരെ കച്ചവടം ഒന്നും നടന്നില്ല ഭയ്യാ... ഒരെണ്ണം വാങ്ങൂ...”

“അതിന്... ശരി അമ്പതുരൂപയാണെങ്കിൽ ഞാൻ വാങ്ങിക്കോളാം...”

“ഭയ്യാ... അമ്പത് രൂപാ...”

ടൈബുക്ക് വിഷമിച്ചു നിന്നു.

“അമ്പതിനാണെങ്കിൽ മതി...”

ഒരു കുലുക്കവുമില്ലാതെ കാറുകാരൻ പറഞ്ഞു.

രാവിലെ മുതലുള്ള വിശപ്പും കച്ചവടം നടക്കാത്ത സാഹചര്യവും എല്ലാംകൂടി ആയപ്പോൾ ടൈബുക്ക് സമ്മതിച്ചു. എന്നാൽ ട്രാഫിക് സിഗ്നലിൽ പച്ച കത്തിയതിനാൽ കാറുകാരൻ സാധനം വാങ്ങാതെ തന്റെ ലക്ഷ്യം നോക്കി യാത്രയായി. മുമ്പിൽ വന്നു കിട്ടിയ കച്ചവടം കളയാൻ മനസ്സില്ലാതെ ടൈബുക്ക് കാറുകാരന്റെ പിറകെ ഓടി. തിരക്കുള്ള റോഡിന്റെ സെന്ററിൽ എതിരെ വന്ന വാഹനം ടൈബുക്കിന്റെ ദേഹത്ത് മുട്ടി കാലിന് പരിക്ക് പറ്റി. ഓടുന്ന വാഹനങ്ങൾക്കു മുമ്പിൽ കയറി തടസം നിന്നതിനു ട്രാഫിക് പോലീസുകാരൻ ടൈബുക്കിന്റെ കവിളത്ത് ആഞ്ഞടിച്ചു.

ചുട്ടു പൊള്ളുന്ന വെയിലിൽ അവൻ റോഡിലിരുന്നു കരഞ്ഞു. തന്റെ കാലിനു മുറിവുപറ്റിയതിലോ പോലീസുകാരൻ തല്ലിയതിലോ അല്ലായിരുന്നു അവൻ കരഞ്ഞത്. താൻ കച്ചവടം ചെയ്യാൻ വെച്ചിരുന്ന തന്റെ ജീവിത മാർഗമായ വസ്തുക്കൾ തന്റെ മുമ്പിൽ കാറുകൾ കയറി പൊട്ടിച്ചിതറി കിടക്കുന്നതു നോക്കിയാണ് അവൻ കരഞ്ഞത്.

രാത്രി ഏറെ വൈകി. വാഹനങ്ങളുടെ തിരക്ക് അവസാനിച്ചു. ട്രാഫിക് സിഗ്നലുകൾ എല്ലാം ഓഫ് ചെയ്തു. ഏറ്റവും അവസാനം അടയ്ക്കാറുള്ള കടയാണ് ദിവാകരന്റേത്. ആ കടയും പൂട്ടി ദിവസവും കിട്ടുന്ന അഞ്ഞൂറുരൂപയും കൈയ്യിൽ കരുതി ദിവാകരനും വീട്ടിലേക്കു പോയി. ട്രാഫിക് സിഗ്നലുകൾക്കപ്പുറം പാലത്തിന്റെ അടിയിൽ ടൈബുക്ക് ഉറങ്ങാനായി കിടന്നു. കാലിലെ വേദനയും കവിളിലെ അടികൊണ്ടു കല്ലിച്ചപാടും എല്ലാം അവൻ സഹിച്ചു. പക്ഷേ അപ്പോഴും നാളെ എന്തെടുത്തു കച്ചവടം ചെയ്യും എന്ന കാര്യം ഓർത്തപ്പോൾ അവനു വിഷമം അടക്കാൻ ആയില്ല. സങ്കടം കണ്ണുനീരായി പുറത്തേയ്ക്കു വന്നു.

രാവിലെ കുടിച്ച തണുത്ത വെള്ളം നൽകിയ ഊർജം കെട്ടവസാനിച്ചിട്ടു നേരം ഒരുപാടായിരുന്നു. എത്ര കിടക്കാൻ ശ്രമിച്ചിട്ടും വിശപ്പിന്റെ വിളി അവനെ ഉണർത്തികൊണ്ടിരുന്നു. ഒരുപാടു നേരം തിരിഞ്ഞും മറിഞ്ഞും കിടന്നിട്ട് എന്തോ മനസ്സിൽ കരുതി അവൻ എഴുന്നേറ്റു. പാലത്തിന്റെ അടിയിൽ കിടന്ന ഒരു ഉരുളൻ

കല്ല് അവൻ കൈയ്യിലെടുത്തു. എന്നിട്ട് തന്റെ ഏറ്റവും വലിയ ശത്രുവായ ട്രാഫിക് സിഗ്നലിലെ പച്ച വെളിച്ചം കത്തുന്ന ഭാഗത്തേക്ക് ടൈബുക്ക് കൈകളിൽ കരുതിയ കല്ലെറിഞ്ഞു.

വിശപ്പിന്റെ മൂർച്ഛയിലും കാലിന്റെ വേദനയിലും ഉള്ളിലെ നീറ്റലിന്റെയുമെല്ലാം ശക്തിയെന്നോണം അവൻ എറിഞ്ഞ കല്ല് കൃത്യമായി അതിലേറ്റു. പൊട്ടിത്തകർന്നു വീഴുന്ന ചില്ലുകൾ കണ്ടു വേദന നിറഞ്ഞ മനസ്സിലും അവൻ സന്തോഷിച്ചു.

പ്രതീക്ഷ

"എത്ര നാളായി അമ്മ പുറത്തേക്കൊക്കെ പോയിട്ട്..."

"ശരിയാടാ... പക്ഷേ, അമ്മയ്ക്കിപ്പോൾ പണ്ടത്തെപ്പോലെ നടക്കാനൊന്നും വയ്യ മോനെ..."

"അതിനല്ലേ ഞാൻ അമ്മയുടെ കൈയ്യിൽ ഇങ്ങനെ മുറുക്കി പിടിച്ചേക്കുന്നേ.."

ചങ്ങനാശേരി ചന്ദനകുടം പ്രസിദ്ധമാണ്. നാനാഭാഗത്തു നിന്നും ജാതി മത വേർതിരിവില്ലാതെ എല്ലാവരും ഒരുപോലെ സംഗമിക്കുന്ന ഒരു ഉത്സവമാണ് ചന്ദനകുടം.

ചന്ദനകുടത്തിന്റെ രണ്ടാം ദിവസം ജനങ്ങൾ പതിവിലും കൂടുതലാണ്... ആൾകൂട്ടം നിറഞ്ഞു നിൽക്കുന്ന വഴിയിലൂടെ അമ്മയുടെ കൈയ്യും പിടിച്ചു ബാലചന്ദ്രൻ നടന്നു. തിരക്കുകൾക്കിടയിൽ പെട്ടുപോകാതിരിക്കാൻ ദേവകിയമ്മ ബാലചന്ദ്രന്റെ കൈകളിൽ മുറുക്കി പിടിച്ചിട്ടുണ്ടായിരുന്നു..

പ്രധാനപാതയിലെ തിരക്കുകൾ കാരണം ബാലചന്ദ്രനും അമ്മയും പള്ളിയുടെ പുറകിലുള്ള ഇടവഴിയിലൂടെയാണ് ചന്ദനകുടം നടക്കുന്ന പുതൂർപള്ളിമുറ്റത്തേക്ക് വന്നത്. പള്ളിമുറ്റത്തിന്റെ ഒരു ഭാഗത്തായി ശിങ്കാരി മേളക്കാരും ചെണ്ടമേളക്കാരും വാശിയിൽ മത്സരിച്ചു കൊട്ടുകയാണ്. അവർക്ക് ആവേശം പകർന്നുകൊണ്ട് ഒരു കൂട്ടം ജനങ്ങൾ കൊട്ടിന്റെ താളത്തിനൊത്തു തുള്ളുന്നുമുണ്ട്.

"നിന്റച്ഛനും ദേ ഇതുപോലെ ആയിരുന്നു... കൊട്ട് തുടങ്ങിയാൽ പിന്നെ ഒരു തുള്ളലാ കൂട്ടുകാരുമായിട്ട്... ഒരു നാണവും ഇല്ല.. മുണ്ടും മടക്കിക്കുത്തി ഒരു നിൽപ്പുണ്ട്... എന്ന ഭംഗിയാരുന്നെന്നോ അന്ന് നിന്റെ അച്ഛനെ കാണാൻ..."

ബാലചന്ദ്രൻ മറുപടി ഒന്നും പറഞ്ഞില്ല. എല്ലാം കേട്ട് കൊണ്ട

ങ്ങനെ നിന്നു. കുറച്ചുനേരം ബാലചന്ദ്രൻ എന്തോ ഓർമ്മകളിൽ മുഴുകി.

"വാ, അമ്മേ... ഒന്ന് നടന്നിട്ടു വരാം."

"ഞാൻ വരാം... പക്ഷേ നീ എന്റെ കൈയ്യിൽ നിന്ന് പിടി വിടല്ല് കേട്ടോ... എങ്കിൽ ഞാൻ വരാം."

"അമ്മ വാ അമ്മേ!"ബാലചന്ദ്രൻ അമ്മയെ തോളോട് ചേർത്ത് പിടിച്ചു പള്ളിയുടെ പടിഞ്ഞാറേ ഭാഗത്തോട്ടു നടന്നു. പടിഞ്ഞാറേ ഭാഗം വളക്കടയുടെയും മറ്റും വെട്ടംകൊണ്ട് പകലുപോലെ നിൽക്കുന്നു. അങ്ങ് പള്ളി മതിലിനോട് ചേർന്നിരിക്കുന്ന ഒരു കട കണ്ടപ്പോൾ ദേവകിയമ്മ ഒന്ന് നിന്നു.

"എന്താ അമ്മേ.. എന്ത് പറ്റി ?"

ബാലചന്ദ്രൻ കാര്യം തിരക്കി.

"മോനെ.. നീ ആ കട കണ്ടോ"

ബാലചന്ദ്രനെ ആ കട ചൂണ്ടി കാണിച്ചുകൊണ്ട് കഥ പറഞ്ഞു.

"വർഷങ്ങൾക്കു മുമ്പാണ്, നീ അന്ന് കുഞ്ഞാ. രാധികയെ ഞാൻ പ്രസവിച്ചിട്ടില്ല. നിന്റെ അച്ഛനും ഞാനും കൂടെ ഇവിടെ വന്നു. ഇതിലും ജനക്കൂട്ടം ആയിരുന്നു അന്ന്. അച്ഛൻ എന്നെ ആ ആൽത്തറയുടെ പടിയിൽ ഇരുത്തിയിട്ട് ചെണ്ടമേളക്കാരുടെ പുറകെ പോയി.

അച്ഛൻ പോയി കുറച്ചു കഴിഞ്ഞതും ചെണ്ടക്കാരെല്ലാം ഓടി വരുന്നത് ഞാൻ കണ്ടു. എന്താണ് സംഭവിക്കുന്നതെന്ന് മനസ്സിലാകാതെ നിന്നപ്പോൾ ആന ഇടഞ്ഞെന്ന് പറഞ്ഞ് ആരോ നിലവിളിച്ചുകൊണ്ട് എന്റെ മുമ്പിലൂടെ ഓടി. ഇത് കേട്ടതും എന്റെ ഉള്ളിൽ തീയായി. അച്ഛൻ പോയ വഴിയിലാണ് ആന ഇടഞ്ഞത്. ആരും സഹായത്തിനില്ലാതെ ഞാൻ അവിടെ നിന്നു കരഞ്ഞു. എല്ലാവരും ഓടുന്നതിന്റെ പുറകെ ഞാനും ഓടി. ജനക്കൂട്ടത്തിന്റെ ഇടയിൽ പെട്ട് ഞാൻ വീണു. എഴുന്നേൽക്കാൻ ഒട്ടു പറ്റുന്നുണ്ടോ അതുമില്ല. ഒടുവിൽ തപ്പിത്തടഞ്ഞു ഞാൻ എഴുന്നേറ്റു തിരിഞ്ഞു നോക്കിയപ്പോൾ ആന അലറിക്കൊണ്ട് എന്റെ നേരെ ഓടി വരുന്നു... ഒന്നും ചെയ്യാൻ ആകാതെ മരണം മുമ്പിൽ കണ്ട് ഞാൻ കണ്ണുമടച്ചങ്ങു നിന്നു...

പെട്ടെന്നാരോ എന്റെ കൈപിടിച്ചു ആ കടയുടെ ഇടയിലോട്ട് വലിച്ചു കയറ്റി. നോക്കുമ്പോൾ ആരാ... നിന്റെ അച്ഛൻ. അങ്ങേര് എപ്പോൾ വന്നെന്നോ ഒന്നും എനിക്ക് അറിയില്ല. ഞാൻ നിന്റെ

അച്ഛന്റെ നെഞ്ചിൽ തലവെച്ചു കരഞ്ഞുപോയി...”

കഥ പറഞ്ഞവസാനിച്ചപ്പോൾ ദേവകിയമ്മയുടെ കണ്ണിൽ കണ്ണുനീർ തളംകെട്ടി നിൽക്കുന്നുണ്ടായിരുന്നു..

“അമ്മയ്ക്ക് ചായ വേണോ ?”

ബാലചന്ദ്രൻ ചോദിച്ചു.

“ഹോ, വേണ്ട മോനെ. അടുത്തൊന്നും കിട്ടില്ലെന്ന് തോന്നുന്നു..”

ദേവകിയമ്മ ചുറ്റും നോക്കികൊണ്ട് പറഞ്ഞു.

“അത് സാരമില്ല. അമ്മ ഇവിടെ ഇരിക്ക്... ഞാൻ പോയി മേടിച്ചു കൊണ്ട് വരാം.”

ബാലചന്ദ്രൻ അമ്മയെ കടയുടെ ഒരു മൂലയ്ക്കായി കാണുന്ന തിട്ടയിൽ ഇരുത്തി.

“മോനെ ഞാനും വരാം...”

“വേണ്ടമ്മേ, നല്ല ജനക്കൂട്ടം ഞാൻ പോയി മേടിച്ചുകൊണ്ടു വരാം. അമ്മ വെറുതെ ആ തിരക്കിലേക്ക് പോകണ്ട. ഒന്നാമതെ നടക്കാൻ കൂടെ വയ്യല്ലോ.”

ബാലചന്ദ്രൻ നേരെ നടന്നു. ബാലചന്ദ്രന്റെ നടത്തം വളക ടകൾ താണ്ടി പള്ളിയുടെ പ്രധാന മുറ്റവും കടന്ന് ദൂരേക്ക് നീങ്ങി. ഒന്നാമത്തെയും രണ്ടാമത്തെയും മൂന്നാമത്തെയും ചായക്കടകൾ തന്റെ ഇരുവശങ്ങളിലായി കടന്നുപോയതെല്ലാം ബാലചന്ദ്രൻ അറിഞ്ഞു. അവിടെ ഒന്നും ബാലചന്ദ്രൻ നിന്നില്ല. നേരെ നടന്ന് അയാൾ പള്ളിയുടെ കവാടവും കടന്നു.

മുമ്പിൽ കാണുന്ന റോഡ് മുറിച്ചു കടന്നാൽ കാണുന്നത് ബസ്സ് സ്റ്റാൻഡ് ആണ്. സ്റ്റാന്റിലെത്തിയ ബാലചന്ദ്രൻ ആദ്യം കണ്ട ബസ്സിൽ കയറി ഇരുന്നു. ആരുമില്ലാതെയിരുന്ന ബസ്സിൽ പതിയെ പതിയെ ആളുകൾ നിറഞ്ഞു. കണ്ടക്റ്റർ ഡബിൾ ബെല്ലടിച്ചു. ബസ്സ് മുമ്പോട്ടു നീങ്ങി തുടങ്ങി. സ്റ്റാൻഡിൽ നിന്നിറങ്ങിയ ബസ്സ് പള്ളിയുടെ മുമ്പിലൂടെ ദൂരത്തേയ്ക്കു നീങ്ങി...

കാഴ്ചയിൽ നിന്ന് പള്ളിയും ചന്ദനകുടവും മായുന്നതുവരെ ബാലചന്ദ്രൻ തിരിഞ്ഞു നോക്കിയില്ല. കണ്ണടച്ചങ്ങനെ ബസ്സിൽ ഇരുന്നു. ഡിസംബർ മാസത്തിന്റെ തണുത്ത കാറ്റ് ബസ്സിന്റെ ജനാ ലയിലൂടെ ബാലചന്ദ്രന്റെ മുഖത്ത് തലോടി പോയപ്പോളാണ് അയാൾ കണ്ണ് തുറന്നത്. ആ സമയം ബസ്സ് ഒരുപാട് ദൂരം പിന്നിട്ടി രുന്നു. ആളുകൾ നിറഞ്ഞ ബസ്സിലിരുന്ന് ഒന്ന് പൊട്ടിക്കരയാൻ ബാലചന്ദ്രൻ ശ്രമിച്ചു. പക്ഷേ.....

"അമ്മ ആരുടെ കൂടെയാണ് വന്നത് ?"ഒറ്റയ്ക്കിരിക്കുന്ന ദേവകിയമ്മയെ കണ്ടുകൊണ്ട് ഒരു പോലീസുകാരൻ ചോദിച്ചു.

"മോന്റെ കൂടെ..." ദേവകിയമ്മ മറുപടി പറഞ്ഞു.

"ആരാ അമ്മയുടെ മകൻ ?" പോലീസുകാരൻ വീണ്ടും ചോദ്യങ്ങൾ ചോദിച്ചുകൊണ്ടിരുന്നു.

"ബാലചന്ദ്രൻ"

"ബാലചന്ദ്രൻ എവിടെ പോയതാ.. ?"

"എനിക്ക് ചായ വാങ്ങാൻ പോയതാ.. ഇപ്പോൾ വരും.. മോൻ പൊയ്ക്കോ"

ദേവകിയമ്മയുടെ മറുപടിയിൽ നിന്ന് എന്തോ പന്തികേട് മണത്തിട്ടെന്നോണം ആ പോലീസുകാരൻ തൊട്ടടുത്തുള്ള വളകടകാരനോട് കാര്യം അന്വേഷിച്ചു.

വളകടക്കാരന്റെ മറുപടിയിൽ നിന്ന് മകൻ ഈ അമ്മയെ ഉപേക്ഷിച്ചു പോയതാണെന്ന് പോലീസുകാരന് മനസിലാക്കാൻ സാധിച്ചു. എന്നാൽ ചായയുമായി വരുന്ന മകനെ കാത്തിരിക്കുന്ന അമ്മയോട് അവരുടെ കാത്തിരിപ്പ് വെറുതെയാണെന്ന് പറയാനുള്ള മനക്കട്ടി ആ പോലീസുകാരന് ഉണ്ടായിരുന്നില്ല.

"അമ്മേ, തണുപ്പ് കൂടി വരുവാണ്. അമ്മ ഇവിടെ ഇരിക്കേണ്ട.. വരൂ നമുക്ക് പോലീസ് സ്റ്റേഷനിൽ പോയി ഇരിക്കാം. മകൻ വരുമ്പോൾ അങ്ങോട്ട് വരാൻ പറയാം."

"വേണ്ട.. അവൻ വരുമ്പോൾ എന്നെ ഇവിടെ കണ്ടില്ലെങ്കിൽ അവന്റെ മനസ്സ് വിഷമിക്കും.. ഞാൻ ഇവിടെ ഇരുന്നോളാം. അവനിപ്പോൾ വരും. മോൻ പൊയ്ക്കോ."

ഏതാണ്ട് ദേവകിയമ്മയുടെ അതെ പ്രായവും രൂപവുമായിരുന്നു മരിച്ചുപോയ പോലീസുകാരന്റെ അമ്മയ്ക്ക്. ദേവകിയമ്മയെ കണ്ടപ്പോൾ അയാളുടെ മനസ്സിൽ ആദ്യം വന്നതും അമ്മയുടെ മുഖം തന്നെയാണ്.

ദേവകിയമ്മയോടു മറുപടി പറയാൻ അയാളിൽ വാക്കുകൾ ഒന്നും ഉണ്ടായിരുന്നില്ല. ഒന്നും മിണ്ടാതെ മനസ്സിൽ തളംകെട്ടി നിന്ന മനപ്രയാസം ഒരു കണ്ണീരായി പുറത്തേയ്ക്ക് പറത്തി ആ പോലീസുകാരൻ നടന്നു.

ആ വർഷത്തെ ചന്ദനകുടത്തിന് തിരശീല ഇട്ടുകൊണ്ട് ഗാനമേള പാടി അവസാനിച്ചു. കരിമരുന്നു പ്രയോഗങ്ങൾ ആകാശത്തു വർണമേഘങ്ങൾ തീർത്തു. ജനങ്ങളെല്ലാം പതിയെ

പിരിഞ്ഞു പോയി. ഒടുവിൽ ആ പള്ളിമുറ്റം വിജനമായി. ജോലി കഴിഞ്ഞു പോകാൻ നിൽക്കെ പോലീസുകാരൻ ഒരിക്കൽ കൂടി കടയുടെ തിണ്ണയിൽ നോക്കി. കോച്ചുന്ന തണുപ്പിൽ അമ്മ അപ്പോഴും മകനെയും കാത്തിരിക്കുന്നത് അയാൾ കണ്ടു. ധനുമാസകുളിരിൽ ദേവകിയമ്മ വിറച്ചു കിടക്കുന്നതു കണ്ട പോലീസുകാരൻ അമ്മയെ കൈക്കുള്ളിൽ എടുത്തുകൊണ്ടു തന്റെ വീട്ടിലേക്ക് നടന്നു.

വിറങ്ങലിച്ച അവരിൽ നിന്നും അപ്പോഴും പ്രതീക്ഷയുടെ സ്വരം ഉയർന്നു വന്നു കൊണ്ടേയിരുന്നു:

"എന്റെ മോൻ വരും...
എന്റെ മോൻ വരും..."

നീരാളിപിടുത്തം

ഏറെ നേരത്തെ ആലോചനയ്ക്ക് ശേഷം നീലിമ വീട് വിട്ടിറങ്ങാൻ തീരുമാനിച്ചു. അരികിൽ വലതു ചരിഞ്ഞുറങ്ങുന്ന മകന്റെ മുഖമാണ് അവളെ പോകണോ വേണ്ടയോ എന്നൊരു ആലോചനയിലേക്ക് നീക്കി വിട്ടത്.

മുറ്റത്തേക്കുള്ള വാതിൽ എപ്പോൾ അടച്ചാലും കേൾക്കാറുണ്ടായിരുന്ന അലോസരപ്പെടുത്തുന്ന ശബ്ദം കേൾക്കാഞ്ഞത് ആ നേരത്തും നീലിമ ശ്രദ്ധിച്ചു. മുറ്റത്തു നിന്ന് റോഡിലേക്ക് നടക്കുമ്പോൾ ചുറ്റും നിറഞ്ഞു നിൽക്കുന്ന ഇരുട്ടിനെ അവൾ വക വെച്ചില്ല. പക്ഷേ റെയിൽവേസ്റ്റേഷൻ ലക്ഷ്യമാക്കി പോകുന്ന ഓട്ടോയിലിരിക്കുമ്പോൾ അവൾ ഇരുട്ടിനെക്കുറിച്ച് ആലോചിച്ചു.

കുഞ്ഞുനാളിൽ ഇരുട്ട് അവളുടെ ഉള്ളിൽ സൃഷ്ടിച്ചിരുന്ന ഭീതിയുടെ ലോകം വളരെ വലുതായിരുന്നു. എന്താണ് അതിന്റെ കാരണം എന്നവൾക്ക് അറിയില്ല. ഓർമ്മ വെച്ച നാളുമുതലേ അവൾ അമ്മയുടെ ഒപ്പമാണ് കിടന്നിട്ടുള്ളത്. അപ്പുറത്ത് ഒരു മുറി വെറുതെ കിടപ്പുണ്ടെങ്കിലും രാത്രിയിൽ ഒരിക്കൽ പോലും നീലിമ അവിടെ തനിച്ചു കിടന്നിട്ടില്ല. ഒറ്റയ്ക്ക് കിടക്കുമ്പോൾ കേൾക്കുന്ന ചെറിയ ശബ്ദങ്ങളിലും, ഇരുട്ട് വീഴ്ത്തുന്ന നിഴലുകളിലും, അടക്കി നിറുത്താൻ ശ്രമിച്ചിട്ടും സാധിക്കാതെ ഉള്ളിലേക്ക് കടന്നു വരുന്ന പേടി പെടുത്തുന്ന ചിന്തകളിലും എല്ലാം അവൾ ഹൃദയ മിടിപ്പ് കൂടുന്നത് അറിഞ്ഞു. ഇരുട്ടിനോടുള്ള ഭയത്തിന്റെ കുഞ്ഞുനാളിലെ ഓർമ്മകളിൽ അവളുടെ മനസ്സിലേക്ക് എപ്പോഴും കടന്നുവരുന്നത് വേനൽ കാലത്തെ കസിൻസ് എല്ലാവരും ഒന്നിച്ചുള്ള രാത്രിയെയാണ്. അന്ന് എല്ലാവരും കൂടുമ്പോൾ അമ്മയുടെ ചേട്ടന്റെ മകൻ സുധീപ് കഥകൾ പറയുമായിരുന്നു. കൂടുതലും അനുഭവ

കഥകളായിരിക്കും പറയുക. അങ്ങനെ പറഞ്ഞ കഥകളിൽ നർമ്മങ്ങൾ ആണ് ഏറെയും, അത് അതിന്റെ ഭംഗി നഷ്ടപ്പെടാതെ അവതരിപ്പിക്കാനുള്ള കഴിവ് സുധീപിനുണ്ടായിരുന്നു. അതുകൊണ്ടുതന്നെ മറ്റുള്ളവർക്കെല്ലാം അവന്റെ കഥകൾ കേൾക്കാൻ ഇഷ്ടമായിരുന്നു. പക്ഷേ അന്ന് രാത്രി കഥകൾ പറയുന്നതിന് മുമ്പ് പതിവ് പോലെ കസിൻസ് എല്ലാവരും ഒന്നിച്ചിരിക്കാറുണ്ടായിരുന്ന നീലിമയുടെ ഉപയോഗിക്കാത്ത മുറിക്കു പകരം വീടിന്റെ മുകളിലെ ടെറസ്സിലാണ് അവർ ഇരുന്നത്. വീടിനോട് ചേർന്നുള്ള മതിലിനപ്പുറത്തു നിന്ന പാലമരത്തിന്റെ ശിഖരങ്ങൾ ടെറസ്സിലേക്ക് ചാഞ്ഞു നിന്നിരുന്നു. അതിന്റെ ചുവട്ടിലിരുന്ന് നീലിമ കേട്ട കഥ, അവളുടെയുള്ളിൽ ഭീതിയുടെ മുഖം കാട്ടികൊടുത്തു. പാലപൂത്ത മണം മൂക്കിലേക്ക് ഇരച്ചു കയറുന്ന നേരത്തായിരുന്നു സുധീപ് പറഞ്ഞത്

"പാല മരത്തിൽ ഗതി കിട്ടാതെ അലയുന്ന യക്ഷികളുണ്ട്. പാല പൂക്കുന്ന നേരത്താണ് യക്ഷികൾ പുറത്തു വരുന്നത്."

അന്ന് രാത്രി, ഉറക്കത്തിൽ പാലപൂത്തതിന്റെ മണം മൂക്കിലേക്ക് ഇരച്ചു കയറുന്നതായി നീലിമക്ക് തോന്നി. അവൾ കിടക്കയിൽ കിടന്ന് വിറച്ചു. വിറയലിൽ പല്ലുകൾ കൂട്ടി നാക്കിൽ കടിച്ചു ചോര ഒലിച്ചിറങ്ങിയിരുന്നു. ഒരാഴ്ച ആശുപത്രിയിൽ കിടന്ന് പനി ഭേദമായെങ്കിലും ഉള്ളിൽ കടന്നുകൂടിയ ഇരുട്ടിനോടുള്ള ഭയം ഒരിക്കലും പോയില്ല.

അങ്ങനെ കഴിഞ്ഞ നീലിമയ്ക്ക് എങ്ങനെ ഇത്ര ധൈര്യം വന്നു?

ആ ചോദ്യം അവൾ പലയാവർത്തി സ്വയം ചോദിച്ചിട്ടുള്ളതാണ്. അവസാന വർഷ കോളേജ് പഠന കാലത്താണ് അവൾക്ക് ചോദ്യത്തിനുള്ള ഉത്തരം ലഭിച്ചത്. കൂട്ടുകാരുടെ ഇടയിലെ സ്വതന്ത്ര ചിന്താഗതികാരായി നടന്നിരുന്ന രണ്ടു സുഹൃത്തുക്കളോട് മറ്റു സഹപാഠികൾ ചോദിച്ച തമാശ ചോദ്യമായിരുന്നു തുടക്കം.

"വിപ്ലവവീര്യം പേറി ജീവിക്കുന്ന നിങ്ങൾക്ക് മതത്തിന്റെ വേലികെട്ടുകൾ തകർത്തുകൊണ്ട് ഒന്നിച്ചു ജീവിക്കാൻ സാധിക്കുമോ?".

കൂട്ടം കൂടി ഇരിക്കുമ്പോൾ പുറത്തേക്ക് വരുന്ന പൊട്ട ചോദ്യങ്ങളിൽ ഒന്നായി കരുതേണ്ട ഒരു ചോദ്യം, പക്ഷേ ജീവിതത്തെ തന്നെ മാറ്റി മറിക്കുന്ന ഒരു ഏടാകുമെന്ന് അവൾ വിചാരിച്ചിരുന്നില്ല.

മറിച്ചൊന്നു ചിന്തിക്കാതെയുള്ള സമ്മതം, സുഹൃത്തുക്കളുടെ

ആരവത്തിൽ ഒരുമിച്ചുള്ള ജീവിതം. പക്ഷേ, അടുക്കുംതോറും തന്നെ ഉരുക്കുന്ന ആലയായിരുന്നു വിവാഹജീവിതമെന്നത് നീലിമ അറിഞ്ഞ നിമിഷം അവളുടെ ഉള്ളിൽ അവൾപോലും അറിയാതെ ധൈര്യത്തിന്റെ വിത്തുകൾ മുളച്ചു തുടങ്ങിയിരുന്നു.

ഏത് കാര്യത്തിലും നമ്മൾ ഓരോ പ്രതീക്ഷകൾ വെച്ച് പുലർത്തും. അതിന്റെ മുകളിൽ തട്ടി കൂട്ടുന്നതാണ് ജീവിതം. പക്ഷേ, നീലിമ വെച്ച് പുലർത്തിയ പ്രതീക്ഷകളിൽ നിന്നെല്ലാം ഏറെ അകലെയായിരുന്നു തന്റെ ഭർത്താവ്. കല്യാണം കഴിഞ്ഞ് ഒരു മാസങ്ങൾക്കപ്പുറം ഒരു രാത്രിയിലായിരുന്നു അവൾ അത് മനസിലാക്കിയത്.

ആദ്യ രാത്രിക്ക് ശേഷം ഒന്നിച്ചുള്ള വേഴ്ചയിൽ ഒരിക്കൽ പോലും അയാൾ വെളിച്ചം ഇടാൻ സമ്മതിക്കില്ലായിരുന്നു. ഇരുവരും നഗ്നതയുടെ രൂപം അണിയുന്നത് പോലും വെളിച്ചം അണച്ചതിന് ശേഷമായിരുന്നു. ഒരിക്കൽ പോലും തന്റെ ശരീരത്തിലേക്ക് നോക്കാനോ സ്നേഹത്തോടെ സ്പർശിക്കാനോ അയാൾ മുതിർന്നിരുന്നില്ല. നിമിഷങ്ങൾക്കുള്ളിൽ അണയുന്ന ഒരു ചെറു തിരിവെട്ടം പോലെ മാത്രമായി മാറി അവർ തമ്മിലുള്ള ബന്ധപെടലുകൾ ഏറയും.

"എന്ത് പറ്റി, എന്തെങ്കിലും പ്രശ്നമുണ്ടോ?"

ഒരിക്കൾ അവൾ ചോദിച്ചു. ആദ്യമൊക്കെ അയാൾ പറയാൻ മടിച്ചു. അവൾ ഏറെ നിർബന്ധിച്ചപ്പോൾ അയാൾ സംസാരിച്ചു.

"എനിക്ക് നിന്റെ നഗ്നരൂപം വികാരം ഉണർത്തുന്നില്ല. ഇരുട്ടിൽ ഞാൻ കണ്ണുകൾ ഇറുക്കി അടക്കുമായിരുന്നു. ഓരോ വേഴ്ചയിലും ഓരോ സ്ത്രീ രൂപങ്ങൾ മനസ്സിൽ കണ്ടുകൊണ്ടാണ് ഞാൻ നിന്നിലേക്ക് അടുത്തിരുന്നത്. തമ്മിലുള്ള നിമിഷങ്ങൾ എത്രയും വേഗം തീർന്ന് കിട്ടാൻ ഞാൻ ആഗ്രഹിക്കുന്നു..."

അയാൾ പറഞ്ഞു അവസാനിപ്പിച്ചപ്പോൾ എന്ത് ചെയ്യണമെന്ന് അവൾക്ക് അറിയില്ലായിരുന്നു. എന്ത് വികാരമാണ് മനസ്സിൽ ആ നിമിഷം കടന്നു പോയതെന്ന് അവൾക്ക് അറിയില്ല. പക്ഷേ, അതിനുശേഷം പിന്നീട് ഇന്ന് വരെ അവർ ഒന്നിച്ചൊരു മുറിയിൽ ഉറങ്ങിയിട്ടില്ല. ഗർഭം ധരിച്ച നാളുകളിൽ ഒരിക്കൽ അയാൾ പറയുകയുണ്ടായി.

"നമ്മൾ ആഗ്രഹിച്ചതല്ല ഇത്. നമ്മൾക്ക് ഇത് ഉപേക്ഷിക്കുന്നതല്ലേ നല്ലത്."

“കല്യാണം കഴിഞ്ഞ അന്ന് രാത്രിയിൽ നിങ്ങൾക്ക് ഉണ്ടായ അലോസരത്തിന്റെ കാര്യം എന്നോട് പറഞ്ഞിരുന്നെങ്കിൽ ഇങ്ങനെയൊന്ന് സംഭവിക്കില്ലായിരുന്നു. ഇതിപ്പോൾ ഒരു ജീവനാണ്. അത് ജീവിക്കട്ടെ... വാക്കുകൾ കൊണ്ട് കൊല്ലുന്നപോലെയല്ല ഒരു ജീവൻ നഷ്ടപ്പെടുത്തുന്നത്. എനിക്ക് അതിന് സമ്മതമല്ല.”

അവൾ ആ ഉത്തരം പറഞ്ഞതിന് ശേഷം പിന്നീട് അയാൾ ഒന്നും സംസാരിച്ചില്ല.

റെയിൽവേ സ്റ്റേഷനിൽ എത്തിയിട്ട് നേരം ഒരുപാട് ആയിരിക്കുന്നു. അവിടം വളരെ വിജനമാണ്. അങ്ങിങ്ങായി കുറച്ചു യാത്രക്കാർ ഉണ്ടെന്നല്ലാതെ സ്റ്റേഷൻ ശാന്തമായിരുന്നു. കുറെ നേരം സ്റ്റേഷന് പുറത്ത് നിന്നതിനു ശേഷമാണ് നീലിമ പ്ലാറ്റ്ഫോ മിലേക്ക് കയറിയത്. മഞ്ഞുതുള്ളികൾ വീണ റെയിൽവേ സ്റ്റേഷനിലെ ഇരിപ്പിടത്തിൽ ഒന്നിൽ അവൾ ഇരുന്നു. മൊബൈലിൽ പ്രതീക്ഷിച്ച കോൾ വന്നിരുന്നോ എന്ന് അവൾ പലയാവർത്തി എടു ത്ത് നോക്കി.

പക്ഷേ...

“എന്തിനാണ് ഞാൻ ഈ രാത്രിയിൽ ഇവിടെയിരിക്കുന്നത്? ആരെ പ്രതീക്ഷിച്ചാണ് ഞാൻ ഇറങ്ങി വന്നത്?”

അങ്ങനെയൊരു ചോദ്യം ചിന്തിച്ചതും മാസങ്ങൾക്ക് മുമ്പുള്ളൊരു ട്രെയിൻ യാത്രയാണ് നീലിമയുടെ മനസ്സിൽ തെളിഞ്ഞത്. ബ്രഹ്മേശ്വരം ട്രെയിൻ യാത്രയിൽ വെച്ചാണ് അയാളെ അവൾ പരിചയപ്പെടുന്നത്. നീലിമയുടെ ബെർത്തിന്റെ നേരെ എതിർവശത്ത യാൾ ഉണ്ടായിരുന്നു.

“എങ്ങോട്ടേക്കാണ് യാത്ര?”

ഉറക്കം വരാത്തതിനാൽ കൈയ്യിൽ കരുതിയ പുസ്തകം വായിക്കാൻ എടുക്കാൻ നേരമായിരുന്നു ആ ചോദ്യം.

“ബ്രഹ്മേശ്വരം.”

“ഞാനും അങ്ങോട്ടേക്കാണ്. എന്തിന് ആണ് പോകുന്നത്?”

“ഫ്രണ്ടിന്റെ കല്യാണമാണ്.”

“ഫ്രണ്ടിന്റെ കല്യാണത്തിന് ഒറ്റയ്ക്കാണോ പോകുന്നത്. ഹസ്ബൻഡ്, മക്കൾ, അവരെയൊന്നും കൂട്ടാത്തതെന്താ?”

“ഫ്രണ്ട് എന്റെയല്ലേ... അവരുടെ അല്ലല്ലോ.”

മറുപടി പറഞ്ഞതിന് ശേഷമാണ് നീലിമ ആലോചിച്ചത്. എന്റെ കല്യാണം കഴിഞ്ഞു എന്ന് ഇയാൾക്ക് എങ്ങനെ മനസിലായി.

പക്ഷേ, അത് അയാളോട് അവൾ ചോദിച്ചില്ല.

"താങ്കൾ എന്തിനു പോകുകയാണ്?"

"ഞാൻ ഒരു സെമിനാറിൽ പങ്കെടുക്കാൻ പോകുവാ. സുഹൃത്തുക്കൾ ചേർന്ന് നടത്തുന്ന ഒരു പ്രോഗ്രാമാണ്. താല്പര്യം ഉണ്ടായിട്ടല്ല, പക്ഷേ അവർ നിർബന്ധിക്കുമ്പോൾ നോ പറയാൻ ആകുന്നില്ല."

"തന്റെ ഫാമിലി ഒക്കെ?"

"താൻ വിളി ബോറാകുന്നപോലെ. ഞാൻ എന്റെ പേര് പറയാൻ മറന്നു. നിങ്ങളും പേര് പറഞ്ഞില്ല."

"കാര്യങ്ങൾ സംസാരിക്കാൻ പേരുകളുടെ ആവശ്യമില്ലല്ലോ...

അത് ശരി വെക്കുന്ന പോലെ അയാൾ ചിരിച്ചു.

"എന്റെ ഫാമിലി ഞാൻ തന്നെ. വേറെ ആരുമില്ല."

തുറന്നിട്ടിരുന്ന ജനാലയിലൂടെ തണുത്ത കാറ്റ് അകത്തേക്ക് അടിച്ചു കയറിക്കൊണ്ടിരുന്നു. തണുത്ത കാറ്റ് ഏകിയ കുളിരിൽ അവൾ ചെറുതായി വിറച്ചു.

"തണുക്കുന്നെങ്കിൽ ബ്ലാങ്കറ്റ് വേണോ. എന്റെ കൈയ്യിൽ ഉണ്ട്."

"നോ താങ്ക്സ്."

"സാരമില്ല, ഉപയോഗിച്ചോളൂ. എനിക്ക് കുഴപ്പമില്ല."

അയാൾ നൽകിയ ബ്ലാങ്കറ്റ് അവൾക്ക് തണുപ്പിൽ നിന്ന് നേരിയ ആശ്വാസം നൽകി. അത് അവളുടെ മുഖത്തു നന്ദി സൂചകമായ ഒരു ചിരിയായി തെളിഞ്ഞു വന്നു.

"ഒരു കാര്യം ചോദിച്ചോട്ടെ. നാളെ കല്യാണത്തിന് പോകുകയാണെന്നല്ലേ പറഞ്ഞത്."

"അതേ, എന്താ?"

"ഈ മുടി ഇങ്ങനെ കെട്ടി വെക്കാതെ, അഴിച്ചിട്ടു കൂടെ."

അവൾ വ്യക്തമാകാത്തത് പോലെ നോക്കിയപ്പോൾ അയാൾ സംസാരം തുടർന്നു :

"നിങ്ങളുടെ മുടി നീണ്ട ഒഴുക്കുള്ള മുടിയാണ്. അതിങ്ങനെ കെട്ടി വെക്കാതെ അഴിച്ചിടുന്നതാണ് ഭംഗി. ഒപ്പം ഒതുങ്ങിയ കഴുത്തുള്ള മുഖത്തിനും മുടി അഴിച്ചിടുന്നതാണ് കാണാൻ നല്ലത്."

ആദ്യമായിട്ടാണ് ഒരാൾ ഇങ്ങനെ തന്നോട് പറയുന്നത്. തന്റെ സൗന്ദര്യത്തെ കുറിച്ച് വർണ്ണിക്കുന്നത്. അത്തരം വാക്കുകൾ അവൾ കേൾക്കാൻ കൊതിച്ച വ്യക്തിയാകട്ടെ അവളോട് പറഞ്ഞ

ത്... ആ രംഗം ഓർക്കുമ്പോൾ തന്നെ അവളുടെ മുഖം ഇരുളും.

"എന്ത് പറ്റി. എന്താ മുഖം വല്ലാതിരിക്കുന്നത്? ഞാൻ പറഞ്ഞത് ഇഷ്ടമായില്ല എന്നുണ്ടോ?"

"ഏയ്, അങ്ങനെ ഇല്ല... ഞാൻ ഇനി ശ്രദ്ധിച്ചോളാം...

ഞാനൊന്ന് കിടക്കട്ടെ."

അവൾ കൂടുതൽ ഒന്നും പറഞ്ഞില്ല. കുലുക്കമുള്ള ട്രെയിനിൽ അപരിചിതൻ സമ്മാനിച്ച ബ്ലാങ്കറ്റും പുതച്ചവൾ ഉറക്കത്തിലേക്ക് വീണു.

കല്യാണം നടക്കുന്ന ഓഡിറ്റോറിയത്തിലേക്ക് അയാളെയും ഒപ്പം കൂട്ടാൻ നീലിമ തീരുമാനിച്ചത് എന്തുകൊണ്ടാണെന്ന് വ്യക്തമായി പറയാൻ അവൾക്ക് അറിയില്ല. പക്ഷേ, "ഒറ്റയ്ക്ക് കല്യാണത്തിന് പോകണം എന്ന് നിർബന്ധമുണ്ടോ? ഞാൻ കൂടെ വരുന്നതിൽ വിരോധമുണ്ടോ?"എന്ന അയാളുടെ ചോദ്യത്തിന് സമ്മതം മൂളാൻ നീലിമക്കും സന്തോഷമായിരുന്നു. തലേന്ന് പറഞ്ഞ സെമിനാറിന്റെ കാര്യം അവൾ ചോദിച്ചില്ല. ചോദിച്ചാലും പോകാൻ താല്പര്യമില്ലാത്ത ഒരു പരിപാടിയിൽ നിന്ന് കള്ളം പറഞ്ഞു ഒഴിഞ്ഞോളാം എന്ന മറുപടിയെ അയാൾ പറയൂ എന്നവൾക്ക് അറിയാമായിരുന്നു.

ലൊക്കേഷൻ മുൻകൂട്ടി വാട്സ്ആപ്പ് അയച്ചു തന്നത് കൊണ്ട് കല്യാണം നടക്കുന്ന ഓഡിറ്റോറിയം കണ്ടുപിടിക്കാൻ അവർക്ക് ഏറെ പ്രയാസപ്പെടേണ്ടി വന്നിരുന്നില്ല. ആളുകൾ തിങ്ങി നിന്ന ഹാളിന്റെ ഇടയിലൂടെ വിടവ് കണ്ടെത്തിയാണ് അവർ സ്റ്റേജിൽ എത്തിയത്. ആളുകൾ തിങ്ങി നിൽക്കുന്നതിന്റെതായ ഉഷ്ണം അവിടെ ആകെ നിറഞ്ഞു നിൽപ്പുണ്ടായിരുന്നു. വിയർപ്പ് ഒട്ടി ഷർട്ട് പുറത്തോട് പറ്റി പിടിച്ചു കിടക്കുന്നത് അയാളിൽ അസ്വസ്ഥത ഉണ്ടാക്കി.

"ചൂട് സഹിക്കാൻ വയ്യ അല്ലെ. വരണ്ടായിരുന്നു എന്നിപ്പോൾ തോന്നുന്നുണ്ടോ?"

മുഖത്ത് പ്രകടമായ അസ്വസ്ഥത കണ്ടു നീലിമ ചോദിച്ചു.

"സെമിനാറിലെ ബോറൻ ക്ലാസുകൾ കേൾക്കുന്നത് വെച്ച് നോക്കുമ്പോൾ അത്രയ്ക്ക് പ്രശ്നമില്ല."

"നിങ്ങൾ പറഞ്ഞത് കൊണ്ട് മുടി അഴിച്ചിട്ടതിന്റെ ചൂട് എനിക്കുമുണ്ട്."

"അത് പക്ഷേ കാഴ്ചയിൽ ഭംഗി കൂട്ടിയിട്ടുണ്ട്."

അതിന് മറുപടി പറയാതെ അവൾ ചിരിക്കുക മാത്രം ചെയ്തു. കൂട്ടുകാരിയെ കാണാൻ അവരുടെ അടുത്തേക്ക് പോയി. അധിക നേരം അവിടെ നിൽക്കാൻ ഇരുവർക്കും മനസ്സ് ഉണ്ടായിരുന്നില്ല. അതുകൊണ്ട് തന്നെ വന്ന കാര്യങ്ങൾ പെട്ടെന്ന് തീർത്തിട്ട് യാത്ര ചൊല്ലി ഇരുവരും പുറത്തേക്ക് ഇറങ്ങി. ആൾക്കൂട്ടത്തിൽ നിന്നും ശബ്ദ കോലാഹലങ്ങളിൽ നിന്നുമെല്ലാം പെട്ടെന്ന് രക്ഷപെട്ട പ്പോൾ മനസ്സിനും ശരീരത്തിനും എന്തെന്നില്ലാത്ത ആശ്വാസം തോന്നി.

"താങ്ക്സ്."

നീലിമ പറഞ്ഞു.

"എന്തിന്?"

"എന്നോട് അങ്ങനെ ഒരുങ്ങാൻ പറഞ്ഞതിന്. ഒരുപാട് പേരെ ന്നെ പുകഴ്ത്തി. എന്റെ അഴക് കൂടിയതായി അവരൊക്കെ അഭി പ്രായപ്പെട്ടു. നിങ്ങൾ കാരണമാണത്."

"അത് ഞാൻ കാരണമല്ല. ഞാൻ ഒരു അഭിപ്രായം പറഞ്ഞു എന്നെ ഒള്ളു... നിങ്ങളെ കാണാൻ നല്ല ഭംഗിയാണ്. ശരിക്കും, നിങ്ങളുടെ ഭർത്താവ് ഒരു ഭാഗ്യവാനാണ്."

അത് പറഞ്ഞപ്പോൾ നീലിമയുടെ മുഖത്ത് ഉണ്ടായിരുന്ന ചിരി മാഞ്ഞുപോകുന്നത് അയാൾ ശ്രദ്ധിച്ചു.

"എന്തെ, എന്ത് പറ്റി?"

"ഒന്നുമില്ല... നിങ്ങൾ പറഞ്ഞപോലെ അല്ല. ഒരുപക്ഷേ എന്നെ കൂടെ കൂട്ടിയതായിരിക്കും അയാളുടെ ജീവിതത്തിലെ വലിയ നഷ്ടം..."

"അത് തോന്നൽ ആണ്. അങ്ങനെ ഉണ്ടെങ്കിലും അത് നിങ്ങളുടെ തെറ്റല്ല. മറിച്ച് അയാളുടേതാണ്. മനുഷ്യർ അങ്ങനെ യാണ് കൈയ്യിലുള്ളതിന്റെ വില അയാൾ അറിയണമെന്നില്ല. ഒരുപക്ഷേ, അയാളുടെ സ്ഥാനത്ത് ഞാനായിരുന്നെങ്കിൽ..."

പറഞ്ഞുവന്നത് ഇടക്ക് വെച്ച് നിർത്തിയത് കണ്ടു നീലിമ മുഖ ത്തേക്ക് ചോദ്യഭാവത്തിൽ നോക്കി. അയാൾ ഒന്നും പറയാതെ സംസാരം അവിടെ നിറുത്തി.

"നിങ്ങൾ ഇന്ന് എന്നെ വർണ്ണിച്ച നേരമെല്ലാം ഞാൻ ഉള്ളിൽ വിഷമിക്കുകയായിരുന്നു. നിങ്ങൾ പറഞ്ഞ വാക്കുകൾ ഞാൻ എന്റെ ഭർത്താവിൽ നിന്ന് ഒരിക്കൽ പോലും കേട്ടിട്ടില്ല. മറിച്ച് അങ്ങേയറ്റത്തെ അപമാനം ആണ് അയാൾ നൽകിയത്."

അയാളുടെ മുഖത്ത് നിറഞ്ഞു നിന്ന ചോദ്യഭാവം കണ്ട് അവൾ തുടർന്നു :

“എന്റെ ശരീരത്തെ അയാൾക്ക് ഇഷ്ടമല്ലെന്ന്. ഞാൻ അയാളിൽ അലോസരവും വെറുപ്പുമല്ലാതെ മറ്റൊന്നും നൽകുന്നില്ലെന്ന്.”

അത് പറഞ്ഞവൾ അയാളുടെ നെഞ്ചിൽ വീണ് കരഞ്ഞു. മനസ്സിൽ ഒളിപ്പിച്ചു വെച്ച കണ്ണുനീർ തുള്ളികൾ എല്ലാം അവൾ അയാളുടെ നെഞ്ചിൽ ഒഴുക്കി കളഞ്ഞു. അന്ന് രാത്രിയിൽ ഒരു പുരുഷൻ അവളെ അറിഞ്ഞു. സ്നേഹത്തോടെ അവളോടൊപ്പം ചേർന്നു. ഈയാം പാറ്റകൾ വട്ടമിട്ടു പറക്കുന്ന ചെറു വെട്ടത്തിൽ അവർ ഒന്നിച്ചു കണ്ണു തുറന്നു കിടന്നു.

“ഈ നിമിഷം ഞാൻ മരണപ്പെട്ടാൽ തീർച്ചയായും എന്റെ മുഖത്ത് സംതൃപ്തിയുടെ ചിരി നിറഞ്ഞു നിൽപ്പുണ്ടായിരിക്കും.”

നീലിമ നഗ്നമായ അയാളുടെ നെഞ്ചിൽ തലവെച്ചു പറഞ്ഞു.

“മരണത്തെക്കുറിച്ചെന്തിനു സംസാരിക്കണം. ഇതൊരു ജനനമായി കാണൂ. പുതിയ ജീവിതം.”

“ഒരു അപരിചിതനുമായുള്ള ഒറ്റ രാത്രി ബന്ധമായിരുന്നു എനിക്കിത്. പക്ഷേ ഇപ്പോൾ ഈ നിമിഷം മുതൽ ഇത് എന്നെന്നും കൂടെയുണ്ടാകണം എന്ന് ഞാൻ ആഗ്രഹിക്കുന്നു...”

സ്റ്റോപ്പില്ലാത്ത ഒരു ട്രെയിൻ തനിക്ക് മുന്നിലൂടെ ശബ്ദം ഉണ്ടാക്കി ഓടിപ്പോയപ്പോഴാണ് നീലിമ ഫോൺ ഒരിക്കൽ കൂടെ നോക്കിയത്. പറഞ്ഞ സമയം കഴിഞ്ഞിരിക്കുന്നു. അന്നത്തെ ബ്രഹ്മേശ്വരം യാത്രക്ക് ശേഷം വീണ്ടും തമ്മിൽ കാഴ്ചകൾ ഉണ്ടായപ്പോൾ എല്ലാം അയാളോട് അവൾ ചോദിച്ച ചോദ്യം ഒന്ന് മാത്രമാണ്. എപ്പോഴാണ്..?

അതിനുള്ള മറുപടിയായിരുന്നു ഇന്ന് ഈ ദിവസം. ഉറങ്ങിക്കിടന്ന മകന്റെ മുഖം പിന്നോട്ട് വലിച്ചെങ്കിലും ജീവിതത്തിൽ തനിക്ക് സന്തോഷം നൽകിയ, തന്നെ മനസിലാക്കിയ വ്യക്തിയുടെ കൂടെയുള്ള ജീവിതത്തിന് അവൾ നൽകിയ വിലയായിരുന്നു ഈ ഇറങ്ങിവരവ്. പക്ഷേ, പോകാമെന്നുറപ്പിച്ച ട്രെയിനും തനിക്കു മുന്നിലൂടെ കടന്നു പോയപ്പോൾ മാത്രമാണ് അവൾ അയാളിൽ നിറഞ്ഞു നിൽക്കുന്ന അപരിചിതത്വത്തെ കുറിച്ച് ആലോചിച്ചത്.

ആരാണ് അയാൾ?

ഒരിക്കൽ പോലും അവൾക്ക് അതിനുള്ള ഉത്തരം അയാൾ

കൊടുത്തിട്ടില്ല. വാക്കുകളും വർണ്ണനകളും സ്നേഹവും, എല്ലാം കൊണ്ട് തന്നെ മൂടിയ വ്യക്തിയുടെ പേര് പോലും തനിക്ക് അറിയില്ലല്ലോ എന്ന് അവൾ ഓർത്തു. നാളെ ഒരുവേള യാദൃശ്ചികമായി എവിടെയെങ്കിലും വെച്ച് അയാളെ കണ്ടാൽ പോലും മുമ്പ് നമ്മൾ തമ്മിൽ പലയാവർത്തി കണ്ടിട്ടുണ്ടെന്ന് തെളിയിക്കാൻ ഒരു തെളിവുപോലും അവളുടെ കൈവശമില്ല എന്ന മനസിലാക്കിയ നേരം ഉള്ളിലൊരു പിടുത്തം അനുഭവപ്പെട്ടു. വലിച്ചു മാറ്റാൻ നോക്കും തോറും വീണ്ടും വീണ്ടും പിടിമുറുക്കുന്ന അപരിചിതമുഖമുള്ള ഒരു നീരാളിപിടുത്തം...

ആ പിടുത്തത്തിന്റെ ഞെരുക്കത്തിൽ ഒരിക്കലും ശബ്ദിക്കാൻ സാധ്യതയില്ലാത്ത മൊബൈലും കൈയ്യിൽ വെച്ചവൾ ദൂരേക്കുള്ള ട്രെയിനിനായി കാത്തിരുന്നു. ബന്ധങ്ങളുടെയും പരിചയങ്ങളുടെയും മുഖങ്ങളില്ലാത്ത ദൂരെ എവിടേക്കെങ്കിലും പോകാ നായി അവൾ തീരുമാനിച്ചു...

സ്വാഭാവികം.., അസ്വാഭാവികം

ഞാനൊരു കഥ പറയാം...

ക്ഷമിക്കണം, കഥ എന്ന് അതിനെ പറയാൻ പറ്റില്ല... ഇത് നടന്ന സംഭവമാണ്... ഈ അടുത്തിടയ്ക്ക് ഒരു പ്രത്യേകതയുമില്ലാത്ത ജനങ്ങൾ താമസിക്കുന്ന ഈ നാട്ടിൽ നടന്ന ഒരു സംഭവം...

നാട് എന്ന് പറയുമ്പോൾ നാടിന് ഒരു പേരുണ്ടാകണമല്ലേ... പക്ഷേ, ഇവിടെ ഞാൻ പേര് കൊടുക്കുന്നില്ല. ഒരു പ്രത്യേകതയില്ലാത്ത നാടെന്ന് പറയുമ്പോൾ നിങ്ങളുടെ മനസ്സിൽ തോന്നുന്ന നാടിന്റെ പേര് കൊണ്ട് ചൊല്ലി വിളിക്കാം...

ഞാൻ നടന്ന സംഭവത്തിലേക്ക് വരാം. ശരിക്കും പറഞ്ഞ, ഇതിന്റെ ആരംഭം കഴിഞ്ഞ ജൂലൈ 22നാണ്. ഒരു കുഴപ്പവുമില്ലാതെ രാത്രി കിടക്കാൻ പോയ വിക്ടർ പിറ്റേന്ന് എഴുന്നേറ്റില്ല. ഉറക്കത്തിനിടയിൽ മരണം സംഭവിക്കുന്നവർ ഒരുപാട് ഉണ്ടായിട്ടുണ്ട്, ഇനിയും ഉണ്ടാവുകയും ചെയ്യും. പക്ഷേ, വിക്ടറിന്റെ കാര്യത്തിൽ അങ്ങനെയല്ല... ഇരുപത്തിമൂന്ന് വയസ്സുള്ള ആരോഗ്യവാനായ ഒരു ചെറുപ്പക്കാരൻ ഇങ്ങനെ ഹൃദയാഘാതം ഉണ്ടായി മരിച്ചു എന്ന് പറയുമ്പോൾ, സാധാരണ നാട്ടിലെ സാധാരണ നാട്ടുകാർക്ക് അത് ഉൾകൊള്ളാൻ പ്രയാസമുണ്ട്. അവർ ഒന്നാകെ ഞെട്ടലിൽ ആരംഭിച്ചും നിലവിളിച്ചോട്ടത്തിൽ ഒന്നിച്ചും ഒടുവിൽ കൂട്ടകരച്ചിലിൽ വിക്ടറിന്റെ വീട്ടിൽ സമ്മേളിച്ചു.

നാട് മുഴുവൻ കരഞ്ഞു കലങ്ങിയ കണ്ണുമായി ആ രാത്രി ഉറങ്ങാൻ കിടന്നു. നാല് ദിവസം കഴിഞ്ഞു മുറ്റത്ത് കെട്ടിയ പന്തൽ അഴിക്കാൻ വന്ന പീലിചേട്ടന്റെ സംഘത്തോട് മൂസക്കുട്ടി വന്നു

പറഞ്ഞ വാർത്തയാണ് അടുത്ത സംഭവം..

അഷറഫ് മരിച്ചു. ബൈക്ക് അപകടമായിരുന്നു. ഉച്ചക്ക് മയ്യത്ത് മെഡിക്കൽ കോളേജിൽ നിന്നും വീട്ടിലേക്ക് കൊണ്ടുവരും..

പന്തലും ആളും ബഹളവും കരച്ചിലും പിഴിച്ചിലും എല്ലാം നിമിഷനേരം കൊണ്ട് അഷ്റഫിന്റെ വീട്ടിൽ ഒരുങ്ങിക്കഴിഞ്ഞു. തലേ ന്ന് പെയ്ത മഴയിൽ ബൈക്ക് സമനിലതെറ്റി പോസ്റ്റിൽ ഇടിച്ചു. മരണകാരണം അഷറഫ് ഹെൽമെറ്റ് വെക്കാത്തത് കൊണ്ടാണെന്ന് നാട്ടുകാർ റിപ്പോർട്ട് എഴുതി ഒപ്പിട്ടു.

പക്ഷേ, പിന്നീട് വന്ന ദുരന്തങ്ങൾ നാട്ടുകാരുടെ ഉറക്കം കെടു ത്തുന്നതായിരുന്നു. ജൂലൈ 22ൽ തുടങ്ങി ഇന്ന് ഈ ദിവസം, നവം ബർ 4 വരെ പതിനഞ്ച് ശവശരീരങ്ങൾക്ക് ഈ നാട് സാക്ഷിയായി, കൂടെ ഈ ഞാനും..

പിന്നെ ഞങ്ങളുടെ നാടിന്റെ സംസാര വിഷയം ഇതായിമാറി... അതിന്റെ കാരണം വേറൊന്നുമല്ല മരിച്ച പതിനഞ്ച് പേരും ചെറു പ്പക്കാരാണ്. എല്ലാവരും ഒരേ നാട്ടുകാർ, എല്ലാവരും ഇരുപതിനും മുപ്പത്തഞ്ചിനും ഇടയിൽ പ്രായമുള്ളവർ...

ചെറുപ്പം മരിക്കുന്നു...

ഞങ്ങളുടെ നാടിനെന്തോ കുഴപ്പമുണ്ടെന്നും, ആ കുഴപ്പങ്ങൾ കാരണമാണ് ഇത് ഉണ്ടാകുന്നതെന്നും നാട്ടുകാർ തമ്മിൽ തമ്മിൽ പറയുന്നു... കവലയുടെ മൂലയ്ക്കുള്ള മരത്തിന്റെ തറയ്ക്ക് ചുറ്റും ഇരുന്നു സംസാരിക്കുന്നവേളയിൽ ഒരു ചോദ്യം എന്റെ നേരെയും ഉയർന്നു:

“നിനക്ക് ഈ വിഷയത്തിൽ എന്ത് തോന്നുന്നു, ആദം?

“ഞാനെന്ത് പറയാനാണ്... ഓരോരുത്തരുടെ സമയം... അല്ലാ തെന്ത് പറയാൻ...”

“അല്ല, ഈ മരിച്ചവരുടെ പ്രായത്തിൽ പെട്ടതാ നീയും. അതു കൊണ്ട് പറഞ്ഞതാണ്. ഇതിനൊരു അറുതി എങ്ങനെ ഉണ്ടാ കും...”

കൂട്ടത്തിൽ ഏറ്റവും പ്രായം കൂടിയ ഒരാൾ എന്നോട് പറഞ്ഞു.

“മരണം ഉണ്ടാകാതിരിക്കാൻ ഉള്ള ശ്രമം നോക്ക് എല്ലാവരും കൂടെ...”

കൂടുതൽ സംസാരത്തിന് നിൽക്കാതെ മൂട്ടിൽ പറ്റിയ പൊടി യും തൂത്തുകളഞ്ഞു ഞാൻ എണീറ്റു പോയി.

നടക്കും വഴിയിൽ ഞാൻ ആലോചിച്ചതും അതിനെ

കുറിച്ചാണ്...

നാട്ടിൽ മരണങ്ങൾ ഉണ്ടാകുന്നു. മരിക്കുന്നതിൽ ഭൂരിപക്ഷവും, അല്ല, മുഴുവനും പ്രായം കുറഞ്ഞവരാണ്. അതുകൊണ്ട് തന്നെ ഈ മരണങ്ങളെല്ലാം നാട്ടുകാരിൽ ഭയം സൃഷ്ടിക്കുന്നു. പ്രധാനമായും ചെറുപ്പക്കാർക്ക്, അതുപോലെ ചെറുപ്പക്കാർ മക്കൾ ആയിട്ടുള്ള അച്ഛനമ്മമാർക്ക്, അങ്ങനെയെല്ലാ ആളുകളിലും ഈ ഭയം ഉണ്ടായിക്കൊണ്ടേയിരിക്കുന്നു... എനിക്ക് മനസിലാകാതെ പോകുന്നത് അതാണ്... മരണം തിരഞ്ഞെടുക്കുന്ന വ്യക്തികൾ ചെറുപ്പക്കാർ ആകാൻ പാടില്ല എന്ന് ആരെങ്കിലും എഴു തി വെച്ചിട്ടുണ്ടോ? പ്രായം കുറഞ്ഞവർ മരണത്തിൽ ലയിച്ചാൽ അത് അസ്വാഭാവികമാകുന്നത് എന്തുകൊണ്ടാണ്?

ആർക്കറിയാം!

എന്റെ ചിന്ത ആ നേരം വേറൊരിടത്തേക്ക് കൂടേറിയിരുന്നു. അതിനുള്ള കാരണം നാലുമണി നേരം ചായക്കടയിൽ ഇരുന്നപ്പോൾ ലോനപ്പൻ ചേട്ടൻ പറഞ്ഞ വാർത്തയാണ്:

സ്റ്റീഫൻ വരുന്നു... ലോനപ്പൻ ചേട്ടന്റെ മകൻ. ദുബായിലാണ്... ആദ്യം പോയിട്ട് പിന്നീട് വന്നത് കല്യാണത്തിനാണ്. അതുകഴിഞ്ഞു കല്യാണപെണ്ണുമായി പോയിട്ട് ഇന്നേക്ക് മൂന്ന് വർഷമാകുന്നു... രണ്ടു മാസത്തെ ലീവിൽ ക്രിസ്മസും ആഘോഷിച്ചു പോകാനാണ് പരിപാടി..

അതിനെനിക്കെന്താണെന്നായിരിക്കും നിങ്ങളിപ്പോൾ ആലോചിക്കുന്നത്.

അതിന് കാരണം അവളാണ്, ലിസി. സ്റ്റീഫന്റെ ഭാര്യ. അങ്ങനെ പറയുന്നത് ശരിയല്ല.

സ്റ്റീഫന്റെ വാശി.

അവളെ തന്നെ വേണമെന്ന് അവന്റെ ഒറ്റ പിടിവാശിയാണ് അവളെ അവന്റെ ഭാര്യയാക്കിയത്.

കല്യാണം കഴിഞ്ഞു ഒന്നിച്ചു ദുബൈക്ക് പോകുന്നതിന്റെ തലേന്നത്തെ രാത്രി ഇപ്പോഴും എന്റെ മനസിലുണ്ട്..

രാത്രി.

ചുറ്റും ഉയർന്നു നിൽക്കുന്ന റബ്ബർ മരങ്ങൾ. മരങ്ങൾക്കിടയിലൂടെ മൂളി പറന്നു പോകുന്ന കാറ്റ്.

“നീ എന്താ എന്നോടൊന്നും പറയാത്തത്?”

ലിസ്സി ചോദിച്ചു. അവളുടെ ശബ്ദത്തിൽ ഇടർച്ച.

“ഞാനെന്ത് പറയാനാണ്... എല്ലാം കഴിഞ്ഞില്ലേ...”

“നിനക്ക് അറിയാഞ്ഞിട്ടാണ്. ഇതൊന്നും എന്റെ സമ്മതത്തോടെയല്ല... അവനാണ്... അവന്റെ ഒറ്റ വാശിയാണ്... എന്റെ അപ്പൻ അവന്റെ ജോലിയിലും നിലയിലും വീണുപോയി... അല്ല, അവൻ വീഴ്ത്തി. എന്നെ സ്വന്തമാക്കാൻ...”

പിന്നീട് അവൾ പറഞ്ഞ വാക്കുകൾ എന്റെ ഹൃദയത്തിൽ കുത്തിക്കേറി, തുരുമ്പിച്ച കത്തി കുത്തികയറ്റിയത് പോലെ..

“ആദം, അവൻ ശരിയല്ല... നിനക്കറിയുമോ. കല്യാണം കഴിഞ്ഞ അന്ന് രാത്രി അവൻ എന്നോട് ആദ്യം ചോദിച്ചത്...

സ്റ്റീഫൻ: ആദം ഇപ്പോൾ എത്രത്തോളം ദുഖിക്കുന്നുണ്ടാകും... നിന്നെ അവനിൽ നിന്ന് പറിച്ചെടുത്തപ്പോൾ എനിക്ക് കിട്ടിയ സന്തോഷവും ലഹരിയും, അതിന്റെ വലിപ്പം എത്രത്തോളമാണെന്ന് നിനക്ക് അറിയാമോ ലിസ്സി...

ഇത്രേയും പറഞ്ഞവൻ പൊട്ടിച്ചിരിച്ചു... ഭ്രാന്തമായ ഒരു ചിരി...”

തുടർന്ന് സംസാരിക്കാൻ കഴിയാതെ അവൾ കരഞ്ഞു. പൊട്ടി കരഞ്ഞു... നിശബ്ദത തളം കെട്ടി നിന്ന റബ്ബർ മരങ്ങൾക്കിടയിൽ അവളുടെ കരച്ചിൽ മുഴച്ചു നിന്നു... കണ്ണുനീർ തുള്ളികൾ വീണു നനഞ്ഞ അവളുടെ ചുണ്ടിന് ചൂട് കൊടുക്കാൻ ഒരുങ്ങിയപ്പോൾ അവൾ പറഞ്ഞു:

“എന്റെ ഉള്ളിലെ തീ കെട്ടിട്ടേ നിന്നെ ഞാൻ സ്വീകരിക്കൂ...”

കരഞ്ഞു വിളറിയിരുന്ന അവളിൽ നിന്ന് വന്ന വാക്കുകളുടെ ചൂടേറ്റ് എനിക്ക് അന്ന് പൊള്ളി.

പകയുടെ പൊള്ളൽ..!

സ്റ്റീഫൻ വന്നതിന്റെ നാലാം നാൾ ഞങ്ങൾ കവലയിൽ വെച്ച് കണ്ടു. കണ്ട കാഴ്ചയിലെ എന്റെ കാതിൽ മുഴങ്ങി നിന്നത് ലിസ്സിയുടെ വാക്കുകളായിരുന്നു.

“എന്തുണ്ടെടാ ആദം?”

അവനെന്റെ അടുത്ത് വന്നു ചോദിച്ചു. അവന്റെ ചുണ്ടിലിരുന്ന് എരിഞ്ഞ സിഗർറ്റിന്റെ പുക എന്റെ മുഖത്തേക്ക് ആഞ്ഞു ആഞ്ഞു തുപ്പിക്കൊണ്ടിരുന്നു..

“നീ വന്നത് അറിഞ്ഞു... എത്ര ദിവസം ഉണ്ട്.”

“കുറച്ചു ദിവസം കാണും... നമ്മൾക്ക് ഒന്ന് കൂടണ്ടേ...”

“വേണം ഞാനും അതിനായി കാത്തിരിക്കുകയാണ്...”

“നന്നായി... എന്റെ വീട്ടിൽ കൂടാം... വീട് പുതുക്കി പണിതതിനു

ശേഷം നീ അങ്ങോട്ടേക്ക് വന്നിട്ടില്ലല്ലോ..."

"അത് വേറൊരിക്കൽ വരാം... കൂടുന്നത് സ്കൂളിന്റെ പുറകിലെ റബ്ബർ കാട്ടിൽ മതി..."

എന്റെ വാക്കുകൾക്ക് അവനൊരു പൊട്ടിച്ചിരിയാണ് മറുപടിയായി നൽകിയത്.

അതിന് ശേഷം ഞങ്ങൾ കണ്ടത് ഒരാഴ്ചയ്ക്ക് ശേഷമായിരുന്നു. അന്നും റബ്ബർ മരങ്ങൾ ഭീതിജനകമായ ഒരു നിശബ്ദത സമ്മാനിച്ചു... ലിസ്സിയുമായി അവസാനം കണ്ട അതേ സ്ഥലത്ത് സ്റ്റീഫനെയും കാത്ത് ഞാനിരുന്നു. അവസരം കിട്ടുമ്പോൾ ഉപയോഗിക്കാൻ തുരുമ്പു കയറിയ ഒരു നീളൻ കത്തി ഞാൻ അരയിൽ സൂക്ഷിച്ചിരുന്നു.

സുഖ വിവരങ്ങളിൽ സംസാരം ആരംഭിച്ചപ്പോൾത്തന്നെ സ്റ്റീഫൻ മദ്യത്തിൽ മുഴുകി തുടങ്ങിയിരുന്നു... എന്തോ ആഗ്രഹം തീർക്കുന്നതുപോലെയായിരുന്നു അവൻ മദ്യം സേവിച്ചുകൊണ്ടിരുന്നത്...

"അവിടെ ജോലിയൊക്കെ എങ്ങനെയുണ്ട്?"

ഞാൻ ചോദിച്ചു.

"എന്ത് പറയാനാടാ... മടുപ്പ്... പിന്നെ മാസാമാസം കൈയ്യിൽ കാഷ് കിട്ടുമ്പോൾ ആ മടുപ്പൊക്കെ അങ്ങ് പോകും... പിന്നെ അവളും ഉണ്ടല്ലോ അവിടെ... ലിസ്സി..."

അവനാ പേര് പറഞ്ഞപ്പോൾ എന്റെ മുഖം ഇരുണ്ടു..

"എന്താടാ ഞാൻ ലിസ്സിയുടെ പേര് പറഞ്ഞപ്പോൾ നിനക്കൊരു തരിപ്പ്... നീ ഇപ്പോഴും അവളേം മനസ്സിൽ കൊണ്ട് നടക്കുന്നുണ്ടല്ലേ..."

എന്റെ മുഖത്ത് വന്ന മാറ്റം മനസിലാക്കി അവൻ പറഞ്ഞു. ഞാൻ മറുപടിയൊന്നും പറയാതിരിക്കുന്നത് കണ്ടപ്പോൾ അവൻ എന്റെ നേരെ തുറിച്ചു നോക്കി നാല് പെഗ് കൂടെ അകത്താക്കി. എന്നിട്ട് അവൻ തുടർന്നു :

"നിങ്ങൾ തമ്മിൽ ഇഷ്ടമായിരുന്നു എന്നെനിക്ക് അറിയാം, പക്ഷേ ഒരാൾ മാത്രമേ മോഹിക്കാൻ പാടുള്ളു എന്ന് നിയമം ഒന്നും എവിടെയും എഴുതി കുത്തിയിട്ടില്ലല്ലോ. എനിക്കും അവളിൽ മോഹം ഉണ്ടായിരുന്നെടാ... അവൾക്ക് നിന്നോടാണ് ഇഷ്ടമെന്ന് കണ്ടപ്പോ ആ മോഹമെനിക്ക് വാശിയായി... ലഹരിയായി. തെറിച്ചു നിൽക്കുന്നതിനെ അടക്കി ഒതുക്കി നിർത്തുമ്പോൾ കിട്ടുന്ന

ലഹരി... എന്റടുത്തു ഇടഞ്ഞു വരുമ്പോഴെല്ലാം ഞാൻ നിന്റെ പേര് എടുത്തിടാറുണ്ട്. എത്ര മൂച്ചിൽ നിൽക്കുവാണെങ്കിലും നിന്റെ പേര് കേൾക്കുമ്പോൾ അവളൊന്ന് പതറും, ഒന്ന് തളരും. ആ നേരം ഞാനെന്റെ തരിപ്പ് മുഴുവൻ അങ്ങ് തീർക്കും...”

അവൻ വാക്കുകൾ അവസാനിപ്പിക്കാൻ ഞാൻ നിന്നില്ല... തിരിഞ്ഞു വന്ന അവന്റെ തൊണ്ടകുഴിയിൽ ഞാൻ കത്തി കുത്തി ഇറക്കി... പക തീരുവോളം ഞാൻ കത്തി കുത്തിയിറക്കികൊണ്ടിരുന്നു. തൊണ്ടകുഴിയിൽ നിന്നും തെറിച്ച രക്തത്തിന്റെ ചൂട് എന്റെ മുഖത്ത് വീണത് ഞാൻ അറിഞ്ഞു... ജീവൻ പോയ ശരീരത്തിൽ നിന്ന് അവന്റെ തല ഞാൻ അറുത്തെടുത്തു. കണ്ണ് തുറന്ന് രക്തത്തിൽ മുങ്ങിയ അവന്റെ മുഖത്ത് ഞാൻ കാർക്കിച്ചു തുപ്പി ലിസ്സിയുടെ അടുത്തേക്ക് പോയി... വാതിൽ അവൾ എനിക്കായി തുറന്നിട്ടിരുന്നു... കണ്ട കാഴ്ചയിലെ ഞാനവളെ ചേർത്ത് അടുപ്പിച്ചു... വർഷങ്ങളായി കാത്തുവെച്ചിരുന്ന ചുംബനം അവളിൽ ഞാൻ അർപ്പിച്ചു. എനിക്ക് വഴങ്ങി, എന്റെ നെഞ്ചിൽ തല വെച്ചു നിന്ന ലിസ്സിയുടെ പിൻകഴുത്തിൽ നിന്നും സ്റ്റീഫന്റെ മണം എന്റെ മൂക്കിലേക്ക് അരിച്ചു കയറി, ഭയത്തിന്റെ തീ എന്റെ ഉള്ളിൽ കിടന്ന് ആളി കത്തി, അതേറ്റെന്റെ ശരീരം പൊള്ളി... ശക്തി ക്ഷയിച്ചു ഞാൻ തറയിലേക്ക് ഇരുന്നു പോയി. തറയിൽ ഇരുന്ന സ്റ്റീഫന്റെ അറുത്തെടുത്ത തല എന്നെ നോക്കി ചിരിക്കുന്നതായി എനിക്ക് തോന്നി..

കുറിപ്പ്:

സ്റ്റീഫന്റെ മരണത്തിന് ശേഷമുള്ള വെള്ളിയാഴ്ച നാട് ഉണർന്നത് ഒരു മരണ വാർത്ത കേട്ടാണ്. കുന്നേൽ അവറാൻ ചേട്ടൻ, എഴുപത്തി മൂന്ന് വയസ്സ്, കിടപ്പിലായിരുന്നു, പുലർച്ചേ മരിച്ചു. സ്വാഭാവികമായ മരണം... ഏറെ നാളുകൾക്ക് ശേഷമുള്ള സ്വാഭാവിക മരണത്തിൽ നാട്ടുകാരെല്ലാം ഒന്നിച്ചു പങ്കു കൊണ്ടു. അസ്വാഭാവികമായ ചെറുപ്പക്കാരുടെ മരണത്തിന്റെ ശാപത്തിൽ നിന്നും നാട് മുക്തിയായതിന്റെ തെളിവാണ് അവറാൻ ചേട്ടന്റെ സ്വാഭാവിക മരണമെന്ന് പീലിച്ചേട്ടൻ അഭിപ്രായപ്പെട്ടു. മരണത്തിന് സ്വാഭാവിക അസ്വാഭാവിക മുഖങ്ങൾ നൽകികൊണ്ട് നാട്ടുകാർ ആ വാക്കുകൾ ശരി വെച്ചു...

അഭിരാമിയുടെ കഥ

ഒരാൾക്ക് ഒരു കഥയുണ്ട്.

തെറ്റി!

ഒരാൾക്ക് ഒരു കഥയെയൊള്ളു എന്നായിരുന്നു നിങ്ങളെ പോലെ എന്റെയും നിഗമനം. പക്ഷേ ഒരു വ്യക്തിയുമായി ഏറെ നേരം സംസാരിച്ചപ്പോഴാണ്, അങ്ങനെയല്ല ഒരാൾക്ക് ഒന്നിൽ കൂടുതൽ കഥയുണ്ടെന്ന് എനിക്ക് മനസിലായത്.

ഒരു പരിപാടിയുമില്ലാത്ത ഒരു ഞായറാഴ്ച. ഒന്നാമതെ എനിക്ക് ഞായറാഴ്ച എന്ന ദിവസമേ കലിയാണ്. ഒരു മടുപ്പ് ദിവസം. അതിന്റെ കൂടെ പ്രത്യേകിച്ചു പരിപാടികളൊന്നുമില്ലാതെ കൂടെ വന്നാൽ പിന്നെ പറയണ്ട. മടുപ്പോടു മടുപ്പ് ആയിരിക്കും.

അങ്ങനെ പരിപാടികൾ ഒന്നും തന്നെയില്ലാതിരുന്ന ഒരു ഞായറാഴ്ച ഉച്ച കഴിഞ്ഞ നേരത്താണ് അവൻ വന്നതും, ഒരാൾക്ക് രണ്ട് കഥ ഉണ്ടെന്ന വിവരം എന്നോട് പറയുന്നതും.

“അതെങ്ങനെയാ ശരിയാകുന്നത്?”

ഞാൻ ചോദിച്ചു.

“അതൊക്കെ ഉണ്ട്. ഒരാൾക്ക് ഒരു കഥയല്ല. രണ്ടു കഥയുണ്ട്. ഞാൻ കണ്ട ഒരാൾക്ക് രണ്ടു കഥയുണ്ട്. എങ്ങനെയാണെന്നല്ലേ, പറഞ്ഞു തരാം”

അവൻ എന്നോട് കഥ പറയാൻ തുടങ്ങി.

അവൻ പറഞ്ഞ കഥ

കഥ തുടങ്ങുന്നത് നഗരത്തിലെ ബസ് സ്റ്റാൻഡിൽ നിന്നാണ്... അവൾ വരാൻ എട്ടേകാൽ എങ്കിലും ആകും. ചിലപ്പോൾ അതിലും വൈകും. പക്ഷേ എന്തൊക്കെ പ്രശ്നം ഉണ്ടെങ്കിലും ഞാൻ കൃത്യം

എട്ട് മണിക്ക് സ്റ്റാൻഡിലെത്തും. രാവിലെ തന്നെ സ്റ്റാൻഡ് ഉണർന്നു.

കടകൾ തുറന്നും ആളുകൾ കൂട്ടം കൂടിയും കുട്ടികൾ തമ്മിൽ തല്ലി കളിച്ചും, റോഡിന്റെ മൂലയിലെ ചെരുപ്പ് കുത്തി മൂളി പാട്ട് പാടിയും, ഇടയ്ക്ക് പോലീസ് വന്നു റൗണ്ട് അടിച്ചും നഗരത്തിന്റെ മോർണിംഗ് ബെൽ അവിടെ നിന്ന് അടിച്ചു തുടങ്ങി. അഭിരാമി അന്ന് എട്ടേകാൽ കഴിഞ്ഞും വന്നില്ല... എട്ടര കഴിഞ്ഞിട്ടും അവളെ കാണാനില്ല... ഇന്ന് ഈ നിൽപ്പ് വെറുതെ ആകും എന്ന് ഓർത്തപ്പോഴാണ് അങ്ങ് ദൂരെ നിന്നു ധൃതിയിൽ അവൾ ഓടിക്കൊണ്ട് നടക്കുന്നത് കണ്ടത്. പകുതി നടത്തവും പകുതി ഓട്ടവും... കൊള്ളാം. അഭിരാമി തുള്ളി തുള്ളി നടന്നു വരുന്നത് കാണാൻ എനിക്ക് ഭയങ്കര ഇഷ്ടമാണ്. അവളുടെ കണ്ണുകൾ എന്നിൽ ഉടക്കാൻ ഞാൻ നോക്കി നിന്നു... അതെ ഉടക്കി... അവൾ എന്നെ നോക്കി... ആ നോട്ടത്തിൽ അവളുടെ കണ്ണുകളിൽ അനുരാഗം തിളങ്ങി... ആൾക്കൂട്ടത്തിനിടയിലൂടെ അവൾ എന്റെ അരികത്തു വന്നു നിന്നു... പതിയെ വിയർത്ത കൈവെള്ളകൾ എന്റെ കരങ്ങളിൽ മുട്ടിച്ചു..

ഹോ ! ഇതാണ് പെണ്ണേ അനുരാഗം...

ഞാൻ മനസ്സിൽ പറഞ്ഞു. അവൾ ജോലി ചെയ്യുന്ന സ്ഥലത്തേക്കുള്ള ബസ്സ് പോകാൻ തയാറായി നിന്നു. അവൾ പോകുന്നില്ല..

“നിനക്ക് ജോലിക്ക് പോകണ്ടേ... അതിലെയുള്ള ബസ്സ് ആണ്... നീ പോകുന്നില്ലേ?”

“ഇല്ല...”

“എന്തേ... നീ പോകൂ... ജോലിക്ക് പോകാനല്ലേ നീ ഉടുത്തൊരുങ്ങി വന്നത്...”

“എന്നെ നിങ്ങളുടെ ബൈക്കിൽ കൊണ്ടാക്കൂ... എനിക്ക് നിങ്ങളുടെ പുറകിൽ ഒട്ടിയിരുന്നു പോകാഞ്ഞാണ് ഇഷ്ടം...”

അവളുടെ വാക്കുകൾ കേട്ടപ്പോൾ എനിക്ക് സന്തോഷം അടക്കാനായില്ല... മിടുക്കി... ഞാൻ പറയാതെ തന്നെ അവൾ എന്റെ ആഗ്രഹം മനസിലാക്കുന്നു... ഞാൻ ബൈക്ക് സ്റ്റാർട്ട് ചെയ്തു. എന്റെ പിറകിൽ അഭിരാമി കയറി... കയറും വഴിയിൽ പകുതി കൊഞ്ചലോടെ എന്റെ ചെവിയിൽ അവൾ പറഞ്ഞു:

“ഞാൻ ഉടുത്തൊരുങ്ങിയത് നിങ്ങളെ കാണിക്കാനാണ്...”

അതും പറഞ്ഞവൾ എന്റെ വയറ്റിൽ അവളുടെ കരങ്ങൾ

രണ്ടും കൂട്ടിയിട്ടു. ഞങ്ങൾ ബൈക്കിൽ ജോലിസ്ഥലത്തേക്ക് പോയി... കാറ്റു നല്ലപോലെ വീശിയടിക്കുന്നുണ്ട്... അതിനനുസരിച്ചവൾ എന്നോട് കൂടുതൽ മുട്ടി ഇരിക്കുന്നു...

"നീ ഇങ്ങനെ എന്നെ കെട്ടിപിടിച്ചാൽ... ഈ വണ്ടി നിന്റെ ജോലിസ്ഥലത്തു നിൽക്കില്ല... അങ്ങനെ അങ്ങ് പോകും"

ഞാൻ മുഖം ചെറുതായി തിരിച്ചു കൊണ്ടു കാറ്റിന്റെ ശബ്ദത്തിനൊത്ത് പറഞ്ഞു.

"നിറുത്തണം എന്ന് എനിക്കും ആഗ്രഹമില്ല... നിങ്ങളുടെ കൂടെ വരാൻ എനിക്ക് ഇഷ്ടമാണ്..."

"ആരേലും കണ്ടാലോ അഭിരാമി...?"

"കാണട്ടെ... എനിക്കൊരു കുഴപ്പവുമില്ല..."

അവളുടെ വാക്കുകളുടെ ശക്തി. എന്റെ ബൈക്കിന്റെ വേഗത കൂട്ടി... ഞങ്ങൾ പറന്നു... ഒരു ആണും പെണ്ണും ഒന്നിച്ചാകുമ്പോൾ രണ്ടുപേർക്കും ഉണ്ടാകും ഓരോ ആഗ്രഹങ്ങൾ... ഇവിടെ പക്ഷേ അങ്ങനെയല്ലായിരുന്നു... എന്റെ ആഗ്രഹങ്ങൾ എല്ലാം അവളുടെയും ആഗ്രഹങ്ങൾ ആയിരുന്നു... അത് പൂർത്തിയാക്കാൻ അവൾക്ക് മടിയില്ലായിരുന്നു.

"അഭിരാമി... നിന്നെ ഞാൻ വിവാഹം കഴിക്കട്ടെ..?"

കല്യാണം കഴിക്കാൻ ആഗ്രഹമില്ലാഞ്ഞിട്ടും അങ്ങനെ ഒരു ചോദ്യം ചോദിക്കേണ്ടത് സന്ദർഭത്തിന് ആവശ്യമാണെന്ന് കണ്ടതുകൊണ്ട് ഞാൻ ചോദിച്ചു..

"നിങ്ങൾക്ക് ഇഷ്ടമാണെങ്കിൽ...?"

"ഇഷ്ടം ഉണ്ടായിട്ടല്ല... എനിക്ക് അതിന് താല്പര്യമില്ല... പക്ഷേ നീ അത് ആഗ്രഹിക്കുന്നുണ്ടെങ്കിൽ...

"ശരി എങ്കിൽ കല്യാണം വേണ്ട... ഒരു കാര്യം ചെയ്യാം, നിങ്ങൾക്ക് ഇഷ്ടമുള്ളപ്പോഴൊക്കെ ഞാൻ ഇങ്ങനെ വരാം. നമ്മൾക്ക് ഇങ്ങനെ പോകാം നമ്മളുടെ ആഗ്രഹങ്ങൾ സാധിക്കാം... എല്ലാം കഴിയുമ്പോൾ എന്നെ ആ ബസ് സ്റ്റാൻഡിൽ തന്നെ ഇറക്കി വിട്ടാൽ മതി... അതാകുമ്പോൾ വേറെ പ്രശ്നങ്ങൾ ഓർത്തു നമ്മള് വേവലാതിപ്പെടേണ്ടല്ലോ..."

അവൾ വളരെ കൂളായി മറുപടി പറഞ്ഞത് കേട്ടപ്പോൾ ഒരേസമയം എനിക്ക് അത്ഭുതവും സന്തോഷവും തോന്നി. ഞാൻ പറ ഞ്ഞു.

"അഭിരാമി, നീ വീണ്ടും എന്റെ മനസ്സ് വായിച്ചിരിക്കുന്നു...

ഞാനും ഇതാണ് ആഗ്രഹിക്കുന്നത്..."

ഇതും പറഞ്ഞു ഞാൻ അവളെ മതിവരുവോളം ചുംബിച്ചു... രാത്രിയിൽ തിരികെ അതെ ബസ് സ്റ്റാൻഡിൽ അവളെ ഇറക്കി പോരാൻ നേരവും ഞാൻ അവളെ ചുംബിച്ചു... അവൾ ഒരു പരിഭവവും പറയാതെ സ്നേഹത്തോടെ എന്നെ നോക്കി ഇരുട്ടിലേക്ക് നടന്നുപോയി... അവൾ പോകുന്നത് നോക്കി ഞാൻ മനസ്സിൽ പറഞ്ഞു.

"അഭിരാമി, എന്റെ ആഗ്രഹങ്ങൾ എല്ലാം നീ നിറവേറ്റുന്നു..."

അവൻ കഥ പറഞ്ഞു നിറുത്തിയപ്പോൾ എനിക്ക് അവനോടു ദേഷ്യം തോന്നി.

"നിങ്ങൾ എന്തൊരു സ്വാർത്ഥനാണ്..?"

ഞാൻ ചോദിച്ചു. എന്റെ മുഖത്ത് ആ നേരം ദേഷ്യം പ്രകടമായിരുന്നു. അത് കണ്ടിട്ട് ആകണം അവൻ ചിരിച്ചു കൊണ്ട് പറഞ്ഞു:

"ഇതാണ് ഞാൻ ആഗ്രഹിക്കുന്ന കഥ. ഇതിൽ ഞാൻ എനിക്ക് വേണ്ടതെ ആഗ്രഹിക്കുന്നുള്ളു. എനിക്ക് വേണ്ടതെ കണ്ടൊള്ളൂ. എന്റെ ഇഷ്ടങ്ങൾക്ക് അനുസരിച്ചാണ് അവൾ സംസാരിക്കുകയും പ്രവർത്തിക്കുകയും ചെയ്തത്. അഭിരാമിയുടെ ഒരു കഥ ഇതാണ്."

എന്റെ ചോദ്യത്തിന് മറുപടി നൽകി അവൻ രണ്ടാമത്തെ കഥ പറഞ്ഞു തുടങ്ങി.

അവളുടെ കഥ

അത് തുടങ്ങുന്നതും ഇതുപോലെ നഗരത്തിലെ ബസ്സ്സ്റ്റാൻഡിൽ വെച്ചു തന്നെയാണ്. പതിവുപോലെ അവിടെ തിരക്ക് നല്ലപോലെ ഉണ്ടായിരുന്നു. ഞാൻ അവളെ കാത്തു നിന്നു... സമയത്ത് ജോലിക്ക് കയറേണ്ടത് കൊണ്ടാകാം കൃത്യ സമയത്തു തന്നെ അവൾ വന്നു. അവൾ സാധാരണ രീതിയിലാണ് നടന്നു വന്നത്. എന്റെ ഇഷ്ടത്തിന് മുടി പറത്തിയിടാതെ അവളുടെ ഇഷ്ടത്തിന് ചീകി കെട്ടി വെച്ചു റോഡിന്റെ സൈഡ് ചേർന്ന് നടന്നു വന്നു. എന്റെ കണ്ണുകളിൽ നോക്കിയില്ല. ആരെയും നോക്കിയില്ല. എനിക്ക് അരികിൽ നിന്നതുമില്ല... അവൾ ബസ്സ്കയറാൻ പാകത്തിൽ നിന്നു. അവൾക്ക് മുമ്പിലായി ജോലി സ്ഥലത്തേക്ക് പോകുന്ന ബസ്സിന്റെ ഡോർ വന്നു നിന്നു. ആരെയും കാത്തുനിൽ

ക്കാതെ അവൾ അതിൽ കയറി. ബാക്കി എന്താണ് സംഭവിക്കുന്ന തെന്നറിയാൻ നിങ്ങളെ പോലെ ആഗ്രഹം എനിക്കുമുള്ളത് കൊണ്ടു ഞാനും ബസ്സിൽ കയറി. ബസ്സിൽ നല്ല തിരക്കുണ്ടായിരുന്നു. പല ജോലിക്കായി പോകുന്നവർ, പഠിക്കാൻപോകുന്ന വിദ്യാർത്ഥികൾ, എന്നെപോലെ ആരെയെങ്കിലും കാണാനായി വന്നവർ, അങ്ങനെ അങ്ങനെ.

തിരക്കിലും ഞാനവളെ നോക്കി. അഭിരാമിക്ക് ഇരിക്കാൻ സീറ്റ് കിട്ടി. അവൾ ജനലിലൂടെ എന്തെക്കയോ ഓർത്തു ഇരിക്കുന്നു... കൃത്യ സമയത്തു തന്നെ ജോലിചെയ്യുന്ന തുണികടയ്ക്ക് മുമ്പിൽ ബസ്സ് നിന്നു. അവൾ കടയിലേക്ക് കയറി... കൂടെ ഞാനും..

അവളുടെ വസ്ത്രഭംഗി സൂക്ഷ്മതയോടെ നോക്കുന്നതിന്റെ പ്രധാന കാരണം അവളുടെ തൊഴിൽ തന്നെയാണ്. പലപല ആളുകൾ വരുന്ന കടയിൽ ആളുകളെ ശ്രദ്ധിക്കണമെങ്കിൽ ഇതുപോലെ വസ്ത്രം ധരിച്ചേ പറ്റൂ. അത് എന്നെ കാണിക്കാനാണെന്ന് ഞാൻ വിശ്വസിച്ചു. ആദ്യ മണ്ടത്തരം.

പെട്ടെന്നാണ് കടയിൽ ആളുകൾ നിറഞ്ഞത്. തുണികടയിൽ കാണുന്ന കാഴ്ചകൾ വളരെ വ്യത്യസ്തമാണ്. കുടുംബവുമായി വരുന്നവർ തന്റെ ഭാര്യയെ സാരി കൂട്ടങ്ങൾക്ക് ഇടയിലേക്ക് തള്ളി വിടുന്നു. ഉടുത്തൊരുങ്ങി നിൽക്കുന്ന സുന്ദരികളെ നോക്കി കണ്ണുകൾ കൊണ്ടു ബലാൽക്കാരം ചെയ്യുന്നു. ഭാര്യ അതുകണ്ടിട്ടും കാര്യമാക്കാതെ സാരി തുമ്പിൽ കൊടുത്തിരിക്കുന്ന വിലയുടെ ഉയർച്ച അന്വേഷിക്കുകയാണ്... കാമം നിറഞ്ഞ കണ്ണുകൾ അഭിരാമിയുടെ ശരീരത്തിലേക്കും എത്തുന്നു. പക്ഷേ അവളുടെ കണ്ണിൽ പ്രണയമായിരുന്നില്ല. മണിക്കൂറുകളായിട്ട് ഇരിക്കാൻ സാധിക്കാതെ അവൾ പ്രയാസപ്പെടുന്നു. ഒഴിഞ്ഞ കസ്സേരകൾ ഉണ്ടായിട്ടും ഇരിക്കാൻ അനുവാദമില്ലാത്തവർ. അവർ അനുഭവിക്കുന്ന ശിക്ഷ അവരുടെ ജോലിയുടെ ഭാഗം.

ഉച്ചക്ക് ഉണ്ണാൻ ഇരുന്നപ്പോഴും ഞാൻ അവളെ ശ്രദ്ധിക്കുകയായിരുന്നു... അവളുടെ കാലുകൾക്ക് നീര് വെച്ചിരിക്കുന്നു... ഒരു കൈകൊണ്ട് ഭക്ഷണം കഴിക്കുമ്പോഴും അവൾ വേദന സഹിക്കാനാകാതെ കാലു തടവുകയാണ്. അത് കണ്ടപ്പോൾ പ്രണയത്തിനുമപ്പുറം രണ്ടാമതും അവളോട് സഹതാപം തോന്നി... ഭക്ഷണം കഴിച്ചു കഴിഞ്ഞു വീണ്ടും ഇതാ പഴയ സ്ഥാനത്ത് അതേ നിൽപ്പ്... ഈ വസ്ത്രം വാങ്ങാൻ വരുന്നവർ എന്ത് ക്രൂരരാണ്. മനോഹര

മായി അടുക്കിവെച്ചിരിക്കുന്ന വസ്ത്രങ്ങൾ ഓരോ ന്നും എടുത്ത് ഉടയ്ക്കുന്നു എന്നാൽ ഏതേലും ഒന്ന് എടുക്കുമോ അതുമില്ല... ഒന്നിലും തൃപ്തിതോന്നാത്ത കണ്ണുകളാണ് തുണികടയിൽ വരുന്ന എല്ലാ സ്ത്രീകൾക്കും. പുരുഷന്മാർക്ക് പിന്നെ അതിൽ പ്രശ്നമില്ല. അവർക്ക് സമയം പോകാൻ തരുണീമണികൾ ആയ സുന്ദരിജോ ലിക്കാർ നിൽക്കുന്നുണ്ടല്ലോ... തിരിയുമ്പോഴും കുനിയുമ്പോഴും എന്തിന് കാറ്റൊന്ന് മാറി വീശുമ്പോഴുമെല്ലാം അവർ ആക്രാന്ത ത്തോടെ വാപൊളിച്ചു നോക്കിനിൽക്കും.

ഇതിനിടയിൽ വേറൊരു സംഭവമുണ്ടായി. അതാണ് എന്നെ കൂടുതൽ വിഷമിപ്പിച്ചത്. ഒരു തടിച്ച സ്ത്രീക്ക് വിലകൂടിയ ഒരു സാരി കാണിച്ചുകൊണ്ടിരിക്കുമ്പോഴാണ് അഭിരാമിയെ തൊട്ട് എതിർവശത്തെ കൗണ്ടറിലേക്ക് വിളിച്ചത്. അവൾ അങ്ങോട്ട് പോകുന്നവഴി കസ്റ്റമേഴ്സിനായി ഇട്ടിരിക്കുന്ന കസ്സേരയിൽ ഇരി ക്കുന്ന കഷണ്ടി തലയൻ കിളവൻ മനപ്പൂർവ്വം ഇടങ്കാലിട്ട് അവളെ വീഴ്ത്തി.

പാവം അഭിരാമി. അവൾ കാലുതെറ്റി വീണതാകട്ടെ തൂക്കിയി ട്ടിരുന്ന വസ്ത്രങ്ങളിലേക്കാണ്. അതെല്ലാം നിലത്തേക്ക് വീണത് കണ്ട് കഷണ്ടിത്തലയൻ പൊട്ടിച്ചിരിക്കുന്നത് കണ്ടപ്പോൾ ശരിക്കും എനിക്ക് അയാളുടെ മുഖം അടച്ചൊരെണ്ണം കൊടുക്കാൻ തോന്നി. പക്ഷേ ഞാൻ ഒന്നും മിണ്ടിയില്ല... ചെയ്തതുമില്ല... അവൾക്ക് നല്ലപോലെ ശകാരം കിട്ടി. ഉള്ളിലും പുറത്തും വേദന. വേദനയുടെ പര്യായം നീ അഭിരാമി... തട്ടിയിട്ട വസ്ത്രങ്ങൾ എല്ലാം നേരെയാക്കി വെക്കേണ്ടി വന്നതുകൊണ്ട് പാവം അവൾക്ക് മാത്രം വൈകുന്നേരം ചായകുടിക്കാൻ പറ്റിയില്ല. എല്ലാവരും ചായയിലേക്കും പലഹാര ത്തിലേക്കും ചാടി വീഴുമ്പോൾ അവൾ ചിതറി കിടക്കുന്ന വസ്ത്ര ങ്ങൾക്ക് മേൽ നൊമ്പരം പറഞ്ഞിരിക്കുന്നു..

രാത്രി... !

അവൾ തിരികെ വരുന്ന ബസ്സിൽ ഞാനുമുണ്ടായിരുന്നു. നഗര ത്തിലെ സ്റ്റാൻഡിൽ ബസ്സ് നിന്നപ്പോൾ നീര് വന്ന കാല് വേച്ചു വെച്ചുകൊണ്ട് അവൾ പുറത്തേക്കിറങ്ങി. സ്റ്റാൻഡിന്റെ അടുത്തു ള്ള കടയിൽ നിന്നും ബിസ്ക്കറ്റും പാലും വാങ്ങി അവൾ നടന്നു പോകുന്നു... അഭിരാമി നീ എന്റെ ജീവനാണ്... എന്തിനാണ് ഇങ്ങനെ കഷ്ടപ്പെടുന്നത്...

അഭിരാമി...

ഞാൻ വിളിച്ചു... അവൾ നിന്നു.

"ആരാ...??"

"ഞാൻ... ഞാൻ നിന്നെ കുറേകാലമായി പ്രണയിക്കുന്നു... നീ വരുന്നതും പോകുന്നതും ഞാൻ കാണുന്നു... ആൾക്കൂട്ടത്തിൽ ഞാൻ നിൽക്കുമ്പോഴെല്ലാം നിന്റെ കണ്ണ് എന്നിൽ ഉടക്കുന്നതായി എനിക്ക് അനുഭവപ്പെട്ടിട്ടുണ്ട്... നിന്നെ എനിക്ക് ഇഷ്ടമാണ്..."

"ക്ഷമിക്കണം... നിങ്ങളെ ഞാൻ മുമ്പ് കണ്ടിട്ടേയില്ല..."

"ഞാൻ പറഞ്ഞതിന് മറുപടിയായില്ല..."

"എന്റെ വിവാഹം കഴിഞ്ഞതാണ്."

"അതിനെന്താ... അതുകൊണ്ട് നിങ്ങൾക്ക് എന്നേ പ്രേമിച്ചു കൂടാ എന്ന് ഇല്ലല്ലോ..."

"പക്ഷേ... എനിക്കതിനു താല്പര്യമില്ല..."

"ഞാൻ കരുതിയത് അങ്ങനെയല്ല... ഞാൻ കണ്ട കഥയിൽ..."

എനിക്ക് പറഞ്ഞു പൂർത്തിയാക്കാൻ കഴിഞ്ഞില്ല..

"നിങ്ങൾ കണ്ട കഥയിൽ നിങ്ങൾ കണ്ടത് മാത്രമല്ലെ ഒള്ളൂ... അതിൽ എന്റെ കാഴ്ചകളില്ലല്ലോ... എന്റെ ജീവിതമില്ലല്ലോ. നിങ്ങളുടെ കാഴ്ചകൾ വെച്ചു നിങ്ങൾ കഥകൾ ഉണ്ടാക്കൂ. പക്ഷേ കഥയാണ് ജിവിതമെന്ന് കരുതരുത്... ഞാൻ പോകട്ടെ ഇനി നിന്നാൽ വൈകും..."

ഇത്രയും പറഞ്ഞവൾ നീരുവെച്ച കാലും കൊണ്ട് നടന്നു പോയി.

രണ്ടാമത്തെ കഥ അവൻ പറഞ്ഞ തീർന്നപ്പോൾ. ആദ്യം എനിക്ക് അഭിരാമിയെ കുറിച്ച് ഓർത്തു സഹതാപം തോന്നി. പാവം!

"നിങ്ങൾ എന്നിട്ട് എന്ത് ചെയ്തു?"

അതിന് ശേഷം എന്തെന്നറിയാൻ ഞാൻ അവനോടു ചോദിച്ചു.

"ഞാനെന്ത് ചെയ്യാൻ. എന്റെ കാഴ്ചകൾ വെച്ച് അതാണ് സത്യമെന്ന് കരുതി ഞാൻ പോയി. നമ്മൾ അല്ലേലും നമ്മൾക്ക് വേണ്ടതല്ലേ കാണുകയും പറയുകയും വിശ്വസിക്കുകയും ചെയ്യുകയുള്ളു."

അവൻ മറുപടി പറഞ്ഞു. കുറച്ച് നേരം ഞങ്ങൾ വേറെ പല കാര്യങ്ങളെ കുറിച്ചൊക്കെ സംസാരിച്ചു. ഒടുക്കം അവൻ എന്നോട് ഇടക്ക് വരാമെന്നു പറഞ്ഞു യാത്രയായി. പോകും നേരം കഥകൾ കേട്ടിരുന്ന ഈ സൽമാനും മനസ്സിൽ ചിന്തിച്ചു പോയി:

"നമ്മൾ കാണുന്നതും വിശ്വസിക്കുന്നതും മാത്രമല്ല സത്യം

എന്ന് ഈ കഥ പറഞ്ഞ് ഇറങ്ങിപ്പോയ വ്യക്തിയെ പോലെ അറിയാത്തവരായി, മനസിലാകാത്തവരായി ഒരുപാട് പേര് ഇനിയും ഈ അണ്ഡകടാഹത്തിൽ, ആൾക്കൂട്ടത്തിനിടയിൽ ഉണ്ടാകുമോ?"

ആർക്കറിയാം.!

റാവുത്തർ

തേനാകുന്നേൽ മീരാൻ റാവുത്തർക്ക് പെട്ടെന്നായിരുന്നൊരു നെഞ്ചുവേദന. ഒരു കുഴപ്പവുമില്ലാതെയിരുന്ന മനുഷ്യനാണ്.

സംഭവദിവസവും റാവുത്തർ രാവിലെ എഴുന്നേറ്റു കുളിച്ചു. പതിവിലും വിപരീതമായി റാവുത്തർ തണുത്ത വെള്ളത്തിലാണ് കുളിച്ചത്. കുളിയും കഴിഞ്ഞു, കഴിഞ്ഞ ചെറിയ പെരുന്നാളിന് വാങ്ങിയ പുത്തൻ നീളൻ ഷർട്ടും നീല കരയുടെ മുണ്ടും ധരിച്ചു കൊണ്ട് റാവുത്തർ പതിവുപോലെ നടക്കാനിറങ്ങി. മൂത്ത മകൻ മജീദിനൊപ്പമാണ് റാവുത്തർ താമസിക്കുന്നത്. മജീദിന്റെ വീട് നിൽക്കുന്നത് ഒരു കുന്നിന്റെ മുകളിലാണ്. അതുകൊണ്ടാണ് തേനാകുന്നേലെന്ന വീട്ടുപേര് വന്നതെന്നാണ് പറയുന്നത്.

കുന്നിന്റെ താഴെ കാണുന്ന ടൗണിൽ നിൽക്കുന്നവർ നോക്കുമ്പോൾ കണ്ടു അങ്ങ് കുന്നിൻമുകളിൽ നിന്ന് റാവുത്തർ നടന്നു വരുന്നത്. വഴിയിൽ കണ്ടവരോടെല്ലാം റാവുത്തർ വിശേഷം തിരക്കി വന്നു. ബട്ടൻസ് പൊട്ടിയ നിക്കറിന്റെ ഒരറ്റം കൈയ്യിൽ പിടിച്ചുകൊണ്ട് പാലും വാങ്ങി വരുന്ന സൈതാലിക്കാക്കാന്റെ മോനെ റാവുത്തർ കണ്ടു:

"എന്നാടാ പാല് വാങ്ങാൻ വൈകിയോ നീ ?"

"വൈകിപ്പോയി വല്യത്ത" നാണാകുണുങ്ങി പതിഞ്ഞ സ്വരത്തിൽ ചെറുക്കൻ മറുപടി പറഞ്ഞു.

ചോദ്യം ചോദിച്ചിട്ട് നടക്കും വഴിയിൽ ചെറുക്കന്റെ കൈയ്യിൽ ഒരു നുള്ള് കൊടുത്തു റാവുത്തർ. വേദനയിൽ കൈ എടുത്തതും ചെറുക്കന്റെ നിക്കർ ഊരിപ്പോയതും കണ്ട് റാവുത്തർ സിഗരറ്റ് വലിച്ചു കറുത്ത പല്ലുകൾ നീളെ കാട്ടി ചിരിച്ചു. കുന്നിറങ്ങിയ റാവുത്തർ ടൗണിൽ നിന്ന് നേരെ നടന്നത് മൂത്ത മകൾ റാഷിദയുടെ

വീട്ടിലേക്കാണ്. രാവിലത്തെ ഭക്ഷണം അവിടെനിന്നുതന്നെ ആയിരിക്കണമെന്ന് രാവിലെ തന്നെ റാവുത്തർ തീരുമാനിച്ചിരുന്നു. അരമണിക്കൂർ നീണ്ടുനിന്ന നടത്തം ഫയർ സ്റ്റേഷനും, പഴയപള്ളിയും കടന്ന് റാഷിദയുടെ വീട്ടിലെത്തി.

ഉമ്മറത്ത് ഇട്ടിരിക്കുന്ന നീളൻ കസ്സേരയിൽ ഇരുന്ന റാവുത്തറെ കണ്ട് റോഡിൽ മീൻ വാങ്ങാൻ നിന്ന മറിയാമ്മ ചേട്ടത്തി വിളിച്ചു കൂവി :

"എടി റാഷിദേ, ദേ നിന്റെ അത്ത വന്നേക്കണേ"

മറിയാമ്മ ചേട്ടത്തിയുടെ ശബ്ദത്തിന്റെ മൂർച്ച റാഷിദ കതകും തുറന്ന് ഉമ്മറത്തേക്ക് വന്നു.

"ഹാ, അത്ത എപ്പ വന്നതാ..."

"ഇപ്പൊ വന്നേ ഒള്ളു, കഴിക്കാൻ എന്നങ്ങണ്ടടി"

"അത് ശരി, അപ്പൊ രാവിലെ ഒന്നും കഴിക്കാതെയാണോ അത്ത വന്നേക്കണേ, എന്തെ അവിടൊള്ള ആരും ഒന്നും തന്നില്ലേ". പുതിയ കലഹത്തിനുള്ള അവസരം ലഭിച്ചതിന്റെ സന്തോഷം റാഷിദയുടെ മുഖത്തുണ്ടായിരുന്നു.

"നിന്ന് കുണുകുണാ അടിക്കാതെ തിന്നാൻ വല്ലോം എടുക്കടി കൊച്ചെ"

റാവുത്തർ നേരെ ടേബിളിന്റെ മുമ്പിൽപോയി ഇരുപ്പുറപ്പിച്ചു. ഒന്നും മിണ്ടാതെ മകൾ കൊണ്ടുവന്ന അപ്പവും പോത്തും നല്ലപോലെ റാവുത്തർ കഴിച്ചു. വേറെയൊന്നും പറയാതെ റാവുത്തർ അവിടെ നിന്ന് നേരെ ഇറങ്ങി. ഭക്ഷണം കഴിച്ച പാത്രം അടുക്കളയിൽ കൊണ്ട് വെച്ച് റാഷിദ തിരിച്ചു വരുന്നതിന് മുമ്പുതന്നെ അ വിടം വിട്ടിരുന്നു റാവുത്തർ.

റാഷിദയുടെ വീടിന്റെ മൂന്ന് വീടുകൾക്കപ്പുറമാണ് രണ്ടാമത്തെ മകൾ ആബിദ താമസിക്കുന്നെ. റാവുത്തരുടെ നടത്തം അങ്ങോട്ടായിരുന്നു.

മൂന്നാമത്തെ കൊട്ടിൽ ആബിദ കതക് തുറന്നു പുറത്തു വന്നു. പതിവില്ലാതെ അത്തായെ കണ്ട ആബിദ ചോദിച്ചു :

"എന്ന അത്തേ? എന്ന പെട്ടെന്ന് ?"

"ഹോ, നിന്നെയൊന്ന് കാണണമെന്ന് തോന്നി, അവന്മാരൊക്കെയെന്തിയെ ?"

"മൂത്തവൻ കടയിൽ പോയി, രണ്ടാമത്തവൻ ഉണ്ട്, കിടക്കുവാ വിളിക്കാം"

“വേണ്ട, അവൻ കിടന്നോട്ടെ, ഞാൻ നിന്നെ കാണാൻ വന്നതാ. നിന്നെ ഇത് ഏൽപ്പിക്കാൻ.” എന്ന് പറഞ്ഞുകൊണ്ട് റാവുത്തർ തന്റെ മുണ്ടിന്റെ അരയിൽ നിന്ന് ഇരുപതിനായിരം രൂപയുടെ ഒരു കെട്ടെടുത്തു കൊടുത്തു. കാര്യമൊന്നും മനസ്സിലാകാതെ നിന്ന മകളോട് കാര്യം പറഞ്ഞു.

“എനിക്ക് പെൻഷൻ കിട്ടിയതും പിന്നെ ഇത്രേം നാളത്തെ എന്റെ സമ്പാദ്യമെല്ലാം കൂടെയാണിത്. റാഷിദയെ കെട്ടിച്ചുവിട്ടപ്പോൾ എന്റെ കൈയ്യിൽ കൊടുക്കാനുണ്ടായിരുന്നു. പക്ഷേ, നിന്റെ കാര്യം വന്നപ്പോൾ എന്റെ അവസ്ഥ അങ്ങനെയല്ലായിരുന്നു. നീ വെറും കഴുത്തിൽ ഇറങ്ങി പോയത് ഞാൻ ഇപ്പോഴും ഓർക്കുന്നുണ്ട്. നീ അതിൽ എന്നോട് കുറ്റമൊന്നും പറഞ്ഞിട്ടില്ല. എന്നാലും...”

“കെട്ടും കഴിഞ്ഞു കുട്ടിയോളുമായി, ദേ മൂത്തവന്റെയും കെട്ടു കഴിഞ്ഞു. ഇപ്പോഴെന്ന ഇങ്ങനെ തോന്നാൻ. അത്താക്കെന്ന പറ്റി.”

“ഒന്നുമില്ല, നീയിതു വാങ്ങണം. നിനക്കുവേണ്ടി നീയത്ത് ചെയ്ത പണമാണ്. വാങ്ങിച്ചില്ലേൽ അത് ചള്ളാകും”

ആബിദ പണംവാങ്ങി. തിരികെ ഇറങ്ങും നേരം ഒരുകാര്യം കൂടെ റാവുത്തർ പറഞ്ഞു.

“ഇതേപോലൊരു കെട്ട് ഞാൻ മജീദിന്റെ കൈയ്യിലും കൊടുത്തിട്ടുണ്ട്. ഞാനെപ്പൊഴാ പോകുന്നെ എന്ന് പറയാൻ പറ്റില്ല. എനിക്കെന്തെങ്കിലും പറ്റിയാൽ മയ്യത്തടക്കാനും മറ്റുമായി ചെലവാക്കാനാണ് ഞാനാ പണംകൊടുത്തത്. നിന്നോടും ഉമറിന്റെ മോൻ ശിഹാബിനോടും ഞാനീ കാര്യം പറഞ്ഞിട്ടുള്ളു. നോക്കിക്കോണം.” റാവുത്തരുടെ നേരെ അനിയൻ ഉമറിന്റെ മകനാണ് ശിഹാബ്.

കൂടുതലൊന്നും പറയാതെ റാവുത്തർ അവിടെ നിന്നും ഇറങ്ങി. പഴയ കൂട്ടുകാരെയൊക്കെ ഒന്നുപോയി കണ്ടു. ചന്തയ്ക്കടുത്തുള്ള ബോട്ട് ജെട്ടി കണ്ടപ്പോൾ റാവുത്തർ ഒന്ന് നിന്നു. പണ്ട് അതെ ജെട്ടിയിലൂടെയാണ് വർഷങ്ങൾക്കു മുമ്പ് അസ്മാബീവിയുടെ കൈയ്യും പിടിച്ചുകൊണ്ട് റാവുത്തർ ഈ നാട്ടിൽ വന്നത്. ആ കാര്യങ്ങളൊക്കെ റാവുത്തരുടെ കണ്ണുകളിൽ തിളങ്ങി നിന്നു. ഇന്നാ ജെട്ടി സഞ്ചാരമില്ലാതെ പായലും ചെടിയും കയറി മൂടി കിടക്കുന്നു. ശക്തമായി ഒന്ന് നോക്കിയിട്ട് റാവുത്തർ വീണ്ടും നടന്നു.

ഒരേ പോലെ നിൽക്കുന്ന മൂന്ന് വീട്. അതിൽ നടുവിലത്തെ വീട് റാവുത്തർക്ക് പരിചയമുണ്ട്. അസ്മാബീവിയുടെ കൈയ്യും പിടി

ച്ചുകൊണ്ട് ചന്തയിൽ വന്ന റാവുത്തർ ആദ്യം പോയത് ആ വീട്ടി ലേക്കാണ്. മീരാൻ റാവുത്തരുടെ തലമുറ തുടങ്ങിയത് അവിടെ നിന്നാണ്. പക്ഷേ ഇന്നവിടെ...

"എന്താ വല്യത്താ ഇതിലെ ?" വീടിന്റെ കതക് തുറന്നു വന്ന പ്രായമായ സ്ത്രീ ചോദിച്ചു.

"ഒന്നുമില്ല ചുമ്മാ, ഇപ്പോൾ ഇവിടെ വരണമെന്ന് തോന്നി. അത്ര തന്നെ."

"മജീദ് കൂടെയില്ലേ, ഇപ്പോൾ അവന്റെ കൂടെയാണെന്ന് കേട്ടു."

"ആരും വന്നില്ല. ഞാൻ തനിച്ചാണ്."

പതിയെ റാവുത്തർ കാലുകൾ അകത്തേക്ക് വെച്ചു. കയറി ചെന്ന മുറിയുടെ മൂലയിലായി പൊക്കി കെട്ടി നിർത്തിയിരുന്ന കല്ല്തറ ഇപ്പോഴും ഉണ്ട്. അസ്മാബീവി എത്ര അലുവാ പൊതിഞ്ഞതാ അവിടെയിരുന്ന്. അകത്തെ മുറികൾക്ക് മാറ്റം സംഭവിച്ചിരിക്കുന്നു. റാവുത്തർ കിടന്നുറങ്ങാറുണ്ടായിരുന്ന കൊച്ചുമുറി ഇപ്പോൾ ഇല്ല. അതിന്റെ സ്ഥാനത്തിപ്പോൾ കുളിമുറി യാണ്. അടുക്കളയുടെ കെട്ടുകൾക്കും വലിയ മാറ്റം സംഭവച്ചിട്ടില്ല. പൊക്കം കുറഞ്ഞ അസ്മാബീവിക്ക് അലുവ ഉണ്ടാക്കാനുള്ള സാധനങ്ങളെടുക്കാൻ താത്തി കെട്ടിയ ഷെൽഫ് ഇപ്പോഴും അങ്ങനെ തന്നെയുണ്ടവിടെ. ഷെൽഫ് നോക്കി നിൽക്കെ പണ്ട് അതിൽ തട്ടി മുറിവ് പറ്റിയ കഷണ്ടി തലയിൽ റാവുത്തർ കൈവെ ച്ചൊന്നു തടവി. പിന്നെ നേരെ പുറത്തേക്ക്.

"അല്ല, ചായ കുടിക്കുന്നില്ലേ. ഞാൻ ദേ വെള്ളം അടുപ്പത്തു വെച്ചു."

"വേണ്ട, ചായ കുടിക്കാനല്ല ഞാൻ വന്നത്. പോകുവാ. നേരം കൊറേയായി."

ഒന്ന് നിറുത്തിയ ശേഷം റാവുത്തർ പറഞ്ഞു :

"ഇനി ഞാൻ വരത്തില്ല, കേട്ടോ കൊച്ചെ."

നിറഞ്ഞു നിന്ന കണ്ണുനീർ പുറത്തേക്ക് വരാതെ തളംകെട്ടി നിന്നു.

മഗ്‌രിബ് വാങ്ക് വിളിച്ചു. റാവുത്തർ നിസ്കരിച്ചു. സുന്നത്ത് നമസ്കാരവും നിർവഹിച്ചു. റാവുത്തർ ചാരു കസ്സേരയിൽ വന്നി രുന്നു. ഇരുത്തത്തിൽ കണ്ണുകൾ പതിയെ അടഞ്ഞിരുന്നു. ഓർമ്മ യിൽ മുഴുകിയ കണ്ണുകൾ പിന്നെ തുറന്നില്ല. ഒന്നും കേട്ടില്ല. ആരോടും ഒന്നും തന്നെ പറഞ്ഞതുമില്ല.

റാവുത്തറിന്റെ മരണ വാർത്ത എല്ലാവരും അറിഞ്ഞു. നിമിഷ നേരംകൊണ്ട് തേനാകുന്നേൽ തറവാട്ടിൽ ആളുകൾ വന്നു നിറഞ്ഞു. ഒരുപാട് വേലകൾ ബാക്കിയുണ്ട്. പന്തൽക്കാരനെ വിളിക്കണം... കസ്സേരകൾ നിരത്തണം. മയ്യത്തു കാണാൻ വരുന്ന വർക്ക് ചായകൊടുക്കണം. മയ്യത്തു കുളിപ്പിക്കണം. നാട്ടിൽ മയ്യത്ത് കുളിപ്പിക്കുന്ന ഈസ മൗലവിയെ വിളിക്കാൻ റാവുത്ത രുടെ അനിയൻ ഉമറിന്റെ മകൻ ശിഹാബാണ് പോയത്. ശിഹാബ് ചെന്ന് കേറുമ്പോൾ ഈസ മൗലവി കട്ടിലിൽ മേലോട്ട് നോക്കി കിട ക്കുകയായിരുന്നു. ഈസ മൗലവിയുടെ കണ്ണുകൾ രണ്ടും മേലോട്ടും പുരികം ചലിക്കാതെയും കിടക്കുന്ന കണ്ട ശിഹാബ് ഒരുനിമിഷം ഭയന്നു.

“മൗലവിയെ.” ശിഹാബ് ശബ്ദം കൂട്ടി നീട്ടി വിളിച്ചു. “ഈസാ മൗലവിയെ...”

“ആരാടാ...” മേലോട്ട് നിന്ന രണ്ടു കണ്ണുകളും ശിഹാബിന്റെ മുഖത്തിനു നേരെ തിരിഞ്ഞു.

“ഞാനാ... വല്യത്ത മരിച്ചു... മയ്യത്ത് കുളിപ്പിക്കണം...”

ഇട്ടിരുന്ന തുളവീണ ബനിയന്റെ മുകളിലേക്ക് ജുബ്ബയും വലി ച്ചുകയറ്റി ഈസ മൗലവി തേനാകുന്നേലേക്കു പോയി. ഈസ മൗലവി എത്തിയപ്പോൾ മീരാൻ റാവുത്തർ കുളിക്കാൻ ഒരുങ്ങി നിവർന്നു കിടക്കുകയായിരുന്നു. ഈസ മൗലവി റാവുത്തരുടെ വസ്ത്രമെല്ലാം അഴിച്ചു. തോർത്ത് കൊണ്ട് നാണം മറച്ചു. ചെറുതായി തുറന്നു നിന്ന വായ പതിയെ അടച്ചു. ഇളം ചൂട് വെള്ളം റാവുത്തരുടെ മേലിലൂടെ മൂന്ന് തവണ ഒഴിച്ചു. ചെറുകമ്പു കൊണ്ട് കൈ കാൽ നഖങ്ങളിലെ അഴുകുകൾ കളഞ്ഞു വിലകൂടിയ സുഗന്ധം പൂശി. ഗുഹ്യഭാങ്ങളിലെ അഴുക്കുകൾ നനഞ്ഞ തുണികൊണ്ടു കഴുകി എടുത്തപ്പോൾ മൗലവിയുടെ മനസ്സിൽ ചെറുതായി ചിരി നിറഞ്ഞു. “അൽഹംദുലില്ലാഹ് വൃത്തിയുള്ള മരണം...” മൗലവി ആത്മഗതം പറഞ്ഞു.

അന്ന് രാത്രിയിലും പിറ്റേന്ന് പള്ളിക്കാട്ടിലേക്ക് എടുക്കുന്നതിന് മുമ്പ് കുളിപ്പിച്ചപ്പോഴും ഈസ മൗലവി ഇങ്ങനെ ഉരുവിട്ടു.

“മണിക്കൂറുകൾ നീണ്ടുനിന്ന മയ്യത്തിൽ അഴുക്കിന്റെ ലക്ഷണം ഒരു തുള്ളി പോലും കാണാത്തത് പണ്ടെങ്ങോ ചെയ്ത പോരിഷയുടെ ഫലം തന്നെ. റാവുത്തരുടെ കബറിടം വിശാലമാക ട്ടേ... ആമീൻ... !”

മയ്യത്ത് സന്തക്കിൽ (മയ്യത്ത് കൊണ്ടുപോകുന്ന പെട്ടി) വെച്ചു. സന്തക്കിൽ ഒരു ഇളക്കവും തട്ടലും സംഭവിക്കാതെ മയ്യത്ത് കിടന്നപ്പോഴും ഈസ മൗലവി ഇതേ സൂക്തം വീണ്ടും ആവർത്തിച്ചു. മൂത്ത മകൻ മജീദും അനിയന്റെ മകൻ ശിഹാബും ആബിദയുടെ മക്കൾ ഷാനവാസും സുൽഫിയും കൂടെ സന്തക്കിന്റെ നാലു കാലിലും പിടിച്ചു. പള്ളിക്കാട്ടിലേക്ക് റാവുത്തർ യാത്ര ആരംഭിച്ചു.

പള്ളിക്കാട്ടിലെ റാവുത്തരുടെ കുഴിമാടം വിശാലമായി തന്നെ നേരത്തെ ഒരുക്കി വെച്ചിരുന്നു. മയ്യത്ത് നമസ്കാരവും ദിക്കിറും ദുആയും കഴിഞ്ഞു. മക്കളും ബന്ധുക്കളും കൂടി മയ്യത്തിനെ കുഴിയിലേക്ക് വെച്ചപ്പോൾ തന്നെ പെട്ടെന്ന് കുഴിമാടം ഇളകാൻ തുടങ്ങി. കുഴിയുടെ ഇരു ഭാഗത്തുനിന്നും മണ്ണുകൾ പൊട്ടി വീഴുന്നു. അത്ഭുതത്തോടെ ആളുകൾ നോക്കിയപ്പോഴാണ് കാര്യം വ്യക്തമായത്. കുഴിയുടെ നാലു ചുമരിലും ഇഷ്ടികകൾ വെച്ച് കെട്ടി നിറുത്തിയിട്ടില്ല.

"ഷുക്കൂറെ..." നാട്ടുകാർ ഒന്നടങ്കം ചീറി. പള്ളിയിൽ കബർകുഴി വെട്ടുന്ന ഷുക്കൂർ ശബ്ദം കേട്ട് ചെമ്മൺ നിറഞ്ഞ മുണ്ടിൽ കൈയ്യും തൂത്തുകൊണ്ട് പള്ളിക്കാട്ടിലേക്ക് ഓടി വന്നു.

"എന്നാ പണിയാട പന്നി നീ കാണിച്ചേ... ഖബർ നീ കല്ലിട്ടു കെട്ടാഞ്ഞത് എന്നാടാ..?" ശിഹാബ് ആണ് ചോദ്യം ഉന്നയിച്ചത്.

"ഞാനെന്നാ ചെയ്യാനാ... കട്ട കിട്ടിയാലേ കെട്ടിവെക്കാൻ പറ്റൂ..."

"കട്ട കിട്ടിയില്ലേ... മജീദ് അണ്ണേ... കട്ട കൊടുത്തില്ലേ..."

ചോദ്യം മജീദിന്റെ നേരെ ഉയർന്നു.

മയ്യത്തിന് ഒത്തു കൂടിയ വീട്ടുകാരും നാട്ടുകാരും എല്ലാം ഒരേപോലെ മജീദിനെ നോക്കി. മജീദിന്റെ കണ്ണുകൾ ശാന്തമായിരുന്നു. അവരുടെ എല്ലാം മുഖത്തേക്ക് നോക്കിയിട്ട് പോക്കറ്റിൽ നിന്നും സാവധാനം റാവുത്തർ നൽകിയ പണത്തിന്റെ ബാക്കി ഒരിക്കൽ കൂടി എണ്ണിത്തിട്ടപ്പെടുത്തിയിട്ട് പറഞ്ഞു.

"ഇല്ല... കല്ലുവെക്കാനുള്ള പണം അത്ത തന്നതിലില്ല..." മജീദിന്റെ ശാന്തമായ വാക്കുകൾ ബന്ധുക്കാരെയും നാട്ടുകാരെയും കടന്ന് കുഴിയിൽ കിടന്ന റാവുത്തരുടെ ചെവിയിൽ വരെ എത്തി. അവസാനമായി ഇളകിവീണ മണ്ണ് റാവുത്തരിന്റെ ചെവിയിൽ വീണ് മൂടി... കണ്ണീരും തേങ്ങലുമില്ലാതെ ആളുകൾ മണ്ണിടിഞ്ഞു വീണ ഖബറിൽ റാവുത്തരെ അടക്കി... തിരികെ

നടന്ന നാട്ടുകാർ എല്ലാം മജീദിനെ തുറിച്ചു നോക്കി നടന്നു നീങ്ങി. ഒന്നിനും മറുപടി കൊടുക്കാതെ മജീദ് അപ്പോഴും ശാന്തമായ കണ്ണുകൾ കൊണ്ട് ലാഭം കിട്ടിയ ബാക്കി പണം എണ്ണുകയായിരുന്നു. ഇതിൽ തികയുന്ന എന്ത് അത്താക്കു വേണ്ടി ചെയ്യും. മജീദ് ആലോചിച്ചു കൊണ്ടിരുന്നു.

മജീദിന്റെ മുഖത്തേക്ക് അരിശത്തോടെ നോക്കി തിരികെ പോകും വഴി ഈസ മൗലവി വീണ്ടും ആവർത്തിച്ചു.

"പണ്ടെന്നോ ചെയ്ത പോരിഷയുടെ ഫലം തന്നെ... റാവുത്തരുടെ ഖബറിടം വിശാലമാക്കികൊടുക്കട്ടെ... ആമീൻ... !"